አስቴር

መሥሪያ መጽሐፍ

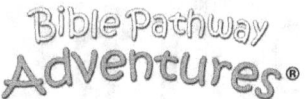

አስቴር መሥሪያ መጽሐፍ

ከጁውሽ ቮይስ ኢንተርናሽናል ጋር በመተባበር የተዘጋጀ

ISBN: 978-1-998142-27-9

ደራሲ - ረዳት መሥራች ፒፕ ሬይድ
ዳይሬክተር - ረዳት መሥራች ከርቲስ ሬይድ

ከለር የሚደረጉትን ገጾች ጨምሮ መጽሐፍ ቅዱስ ማጥኛዎችን፣ መሥሪያ ገጾችን፣ ጥያቄና መልሶችንና ሌሎች ነገሮች በተመለከተ ቀጥሎ ያለው ዌብሳይታችንን ይጐብኙ

www.biblepathwayadventures.com

www.jewishvoice.org

መግቢያ

‹‹ልጅን የሚሄድበትን መንገድ አስተምረው፤ በሚሸምግልበት ጊዜ ከዚያ ፈቀቅ አይልም፡፡››
(ምሳሌ 22፥6)

ጁዊሽ ቮይስ ኢንተርናሽናል በዓለም ዙሪያ ላሉ ልጆች ዜሕራ ሕፃናት በተሰኘ የትምህርት ፕሮግራም መጽሐፍ ቅዱስ ማጥኛ ለማዘጋጀት ከባይብል ፓዝዌይ አድቬንቸር ጋር ይሠራል፡፡ ይህ መሥሪያ መጽሐፍ በሰማያዊ ጥሪ እና ዓላማ ያድጉ ዘንድ ትውልድ እንዲባረክበት እንጸልያለን፡፡

ባይብል ፓዝዌይ አድቬንቸር አዝናኝ በሆነና ፈጠራ በታከለበት መንገድ ለልጆች መጽሐፍ ቅዱሳዊ እምነት እንዲያስተምሩ መምህራንን ይረዳል፡፡ ይህንንም የምናደርገው www.biblepathwayadventures.com በተሰኘው ዌብሳይታችን ውስጥ በሚገኘው ስዕላዊ የታሪክ መጻሕፍት፣ መሥሪያ መጻሕፍት እና በሌሎች ሕትመት ውጤቶች አማካይነት ነው፡፡

◦◇◦ ማውጫ ◦◇◦

ትምህርት 1

የትምህርቱ ዕቅድ

የቤተ-መንግሥቱ ግብዣ

አስተማሪው :- ___________________________________

የዛሬው የመጽሐፍ ቅዱስ ምንባብ፦ መጽሐፈ አስቴር 1፥1-2፥11

የእንኳን መጣችሁ ጸሎት፡-
ትምህርቱን ከመጀመርህ በፊት ከልጆቹ ጋር አጭር ጸሎት አድርግ።

የትምህርቱ ግቦች፡-
በዚህ ትምህርት ልጆቹ፡-
1. ንጉሡ ንግሥት አስጢንን የፈታበትን ምክንያት
2. ብዙ ቆንጆ ልጃገረዶች ወደ ንጉሡ የመጡበትን ምክንያት

ይማራሉ።

ይህን ታውቃላችሁ?
ንጉሥ አርጠክስስ ለፋርስ መሪዎች ያደረገው ግብዣ ስድስት ወራት ያህል የቆየ ነበር። ለሱሳ ሰዎች ያደረገው ሁለተኛ ግብዣ ለሰባት ቀናት ያህል ቆይቶ ነበር።

የመጽሐፍ ቅዱስ ትምህርት ዳሰሳ፡-
ንጉሥ አርጤክስስ የፋርስ ንጉሥ ነበር፤ በነገሠ በሦስተኛው ዓመት በቤተ-መንግሥቱ ለነበሩ ባለ ሥልጣናት ሁሉ ግብዣ አዘጋጀ። ከዚያ በኋላ ብዙ ሳይቆይ በሱሳ ለነበሩ ሰዎች ሌላ ግብዣ አደረገ። እየጠጣ ሳለ ንግሥት አስጢን መጥታ እንድታገኘው ተናገረ።ንግሥት አስጢን ግን “እምቢኝ” ብላ ሳትመጣ ቀረች። ንግሥቲቱ ለእርሱ ባለመታዘዟ እስከወዲያኛው ከዚያ አሰናበታት፣ ከጥቂት ጊዜ በኋላ ንጉሡ ብቸኝነት ተሰማው። ባለሥልጣኖቹ ሌላ ንግሥት እንዲፈልግ ነገሩት። ወድያውኑ ብዙ ቆንጆ ልጃገረዶች ወደ ሱሳ ከተማ መምጣት ጀመሩ። ከእነርሱም መካከል ሀደሳ የምትባል ወጣት ዕብራዊት ሴት ነበረች። ብዙ ሰዎች ግን አስቴር በማለት ነበር የሚጠሯት። የአጐቷ ልጅ መርዶክዮስ፣ «ዕብራዊት መሆንሽን ወይም እኔ ማን እንደሆንሁ ለማንም አትናገሪ» ብሏት ነበር።

ትምህርቱን እንከልስ፡-

ለተማሪዎቹ ጥያቄዎች፡-

1. ንጉሡ ለባለሥልጣኖቹና ለአገልጋዮቹ ግብዣ ያደረገው በነገሠ በስንተኛው ዓመት ነበር?
2. ንጉሥ አርጤክስስ ስንት ጊዜ ነበር ለሕዝቡ ግብዣ ያደረገው?
3. ንግሥት አስጢን የፋርስ ንግሥት ከመሆን የተሻረችው ለምን ነበር?
4. የአስቴር ዕብራዊ ስም ማን ነበር?
5. የአስቴር የአጐቷ ልጅ ማን ነበር?

የእግዚአብሔርን ቃል እንዲያስታውሱ ልጆችን ለመርዳት በቃል የሚያዝ ጥቅስ፡-

«ከህንድ ጀምሮ እስከ ኢትዮጵያ ድረስ ያሉትን አንድ መቶ ሃያ ሰባት አገሮች ይገዛ በነበረው በአርጤክስስ ዘመን መንግሥት… ንጉሥ አርጤክስስ የገዛው በሱሳ ግንብ ባለው ንጉሣዊ ዙፋን ሆኖ ነበር።» (መጽሐፈ አስቴር 1፤1-2)

የሚደረጉ ነገሮች፡-

ከለር መቀባት፦ የንጉሡ ግብዣ

አጭር የመጽሐፍ ቅዱስ ጥያቄ፦ ንጉሥ አርጤክስስ

የመጽሐፍ ቅዱስ ቃሉን መፈለግ፦ ጠቢባን

ነጠብጣቦቹን ማያያዝ፦ የፋርስ ንጉሥ

አጭር የመጽሐፍ ቅዱስ ጥያቄ፦ ንግሥት አስጢን

መልስ መስጠት፣ ከለር መቀባት፦ ንግሥት አስጢን

የጋዜጣ ገጽ፦ የፋርስ ዘመን

መሥሪያ ገጽ፦ የፋርስ ነገሥታት

ጥናታዊ ገጽ፦ በባቢሎን ስደተኛ

የካርታ ሥራ፦ የጥንት የፋርስ መንግሥት

የመዝጊያ ጸሎት

በአጭር ጸሎት ትምህርቱን አብቃ።

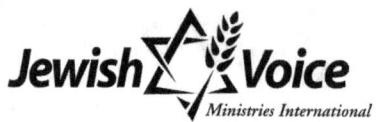

Jewish Voice Ministries International

የንጉሡ ግብዣ

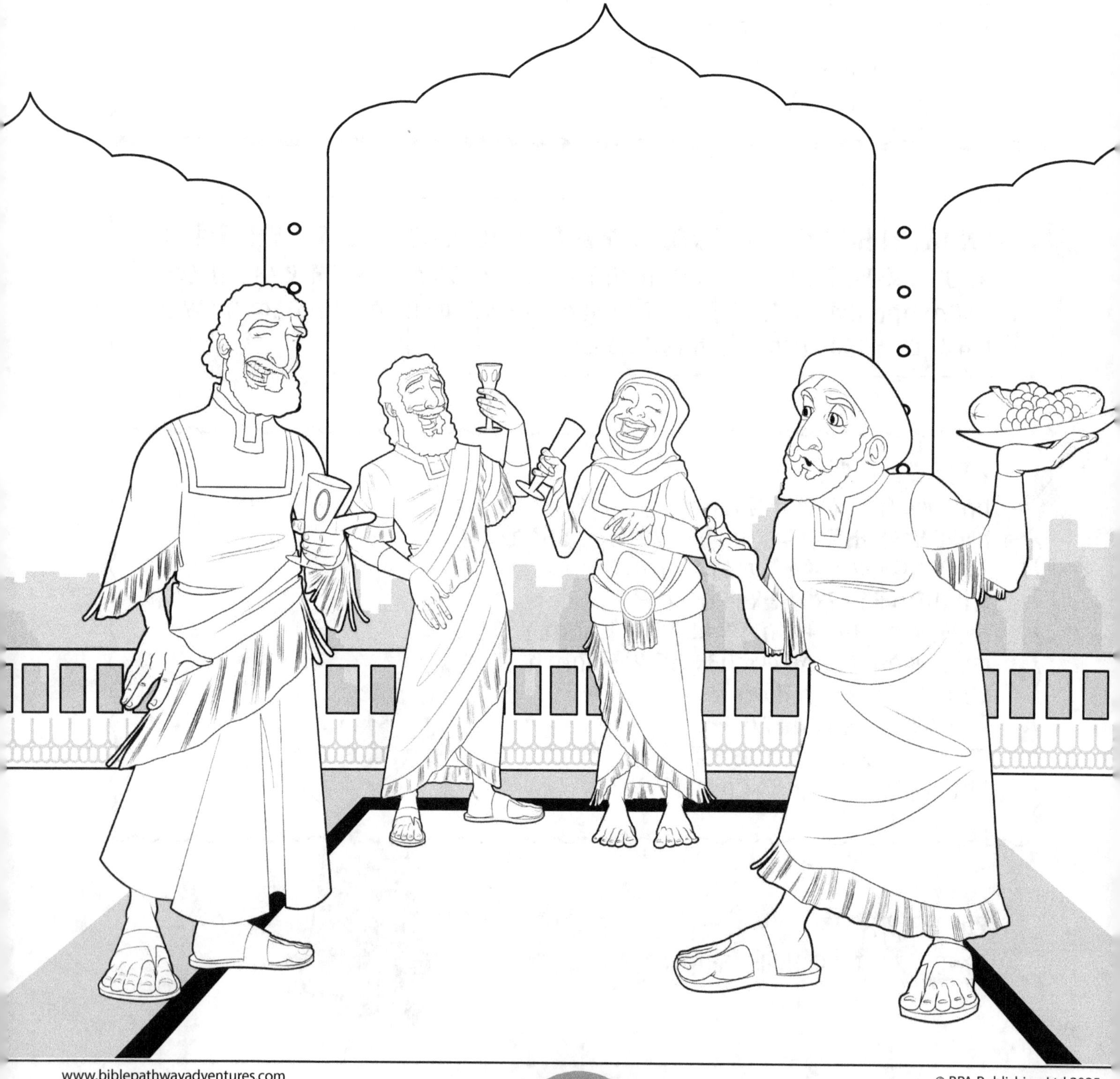

Jewish Voice Ministries International

ንጉሥ
አርጤክስስ

መጽሐፈ አስቴር 1፥8 አንብቡ። ከታች ላሉት ጥያቄዎች መልስ ስጡ።

1. ንጉሥ አርጤክስስ የትኛውን መንግሥት ነበር ይገዛ የነበረው?
2. ከአስቴር በፊት የንጉሥ አርጤክስስ ሚስት ማን ነበረች?
3. ንጉሡ ሁለት ግብዣ ያደረገው በነገሠ በስንተኛው ዓመት ነበር?
4. ንጉሡ አስጢንን ያሰናበታት ለምን ነበር?
5. አስቴር ሚስቱ እንድትሆን ንጉሡ የመረጠው ለምን ነበር?
6. አስቴር ከንጉሡ የደበቀችው ምስጢር ምን ነበር?
7. እርሱን ለመግደል የተደረገውን ሤራ በመናገር የንጉሡን ሕይወት ያዳነው ማን ነበር?
8. ዕብራውያንን እንዲያጠፋ ንጉሡን የመከረው ማን ነበር?
9. ሐማ ዕብራውያንን ለማጥፋት የነበረውን ዕቅድ አስቴር ያስቆመችው እንዴት ነበር? (መጽሐፈ አስቴር ምዕራፍ 7)
10. ንጉሡ ዕብራውያንን ያዳነው እንዴት ነበር (መጽሐፈ አስቴር 8፥11)

ይህን ታውቃላችሁ?

የንጉሥ አርጤክስስ ግብዣ ለ180 ቀናት ያህል ቆይቶ ነበር።
ለሱሳ ሰዎች ያደረገው ሁለተኛ ግብዣ የቆየው ለሰባት ቀናት ብቻ ነበር።
ንግሥት አስጢን በቤተ-መንግሥት ለሴቶች ግብዣ አድርጋ ነበር (መጽሐፈ አስቴር 1፥1-9)። በጥንት ፋርስ ሴት ንግሥቶች ትልልቅ ግብዣዎችን ያደርጉ ነበር። ንጉሡ ቢፈቅድም ባይፈቅድም፣ ብዛት ያለው የወይን ጠጅ፣ ሥጋ እና ሌሎች ምግቦች ይዘጋጁ ነበር።

መጽሐፈ አስቴር ምዕራፍ 1 አንብቡ።
ከንግሥት አስጢን ግብዣ ስዕል ሳሉ።

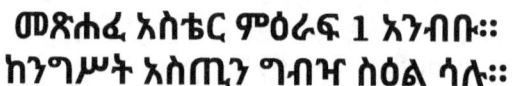

የፋርስ ንጉሥ

ነጠብጣቦቹን በማያያዝ የንጉሥ አርጤክስስን ስዕል ተመልከቱ። ስዕሉን ከለር ቀቡ።

1
2
3
4
5
6
7
8
9
10
11
12
13
14
15
16
17
18
19
20

11

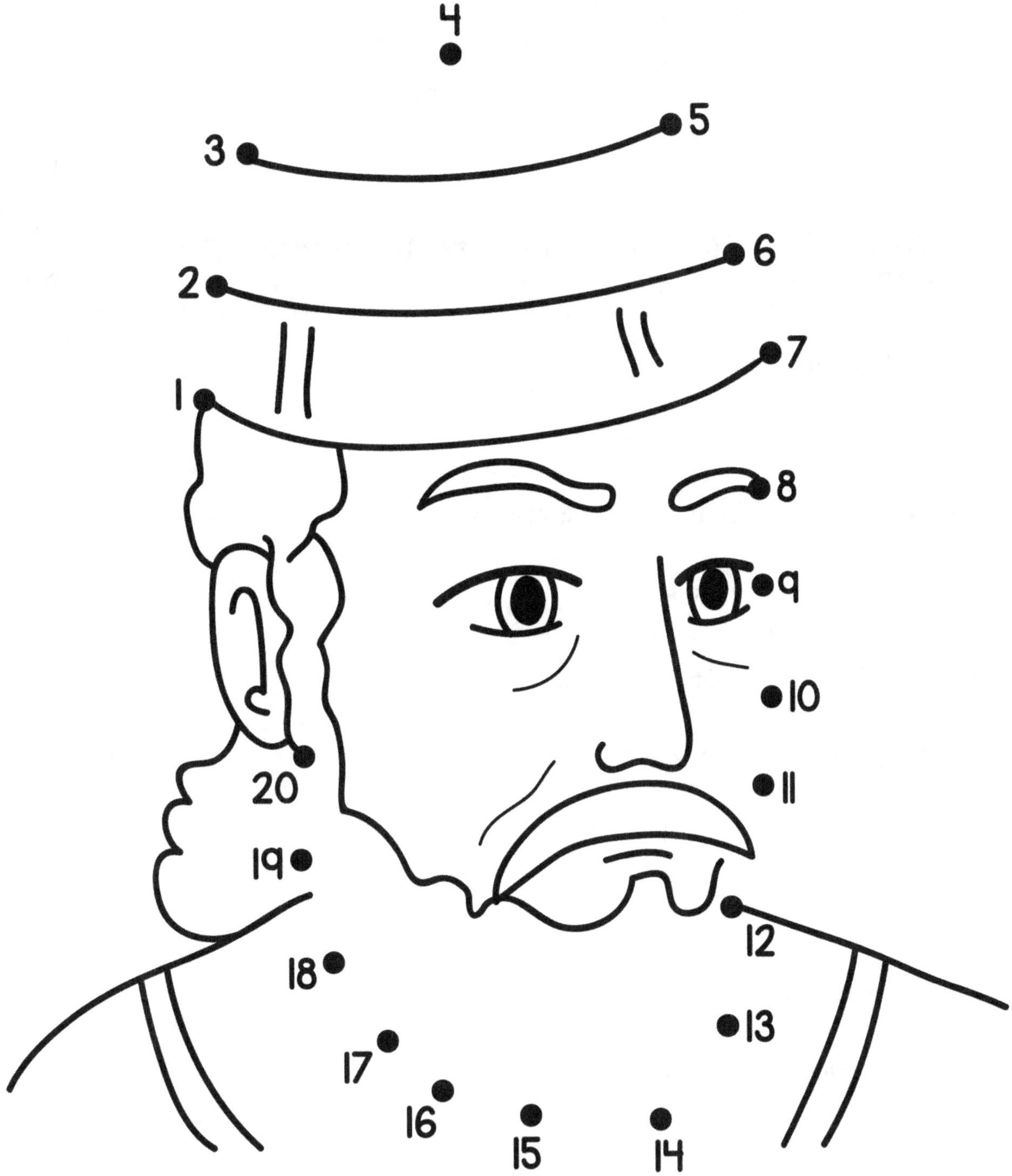

Jewish Voice Ministries International

ንግሥት አስጢን

መጽሐፈ አስቴር ምዕራፍ 1-2 አንብቡ። ከታች ላሉት ጥያቄዎች መልስ ስጡ፡-

1. የአስጢን ባል ማን ነበር?
2. አስጢን የየትኛው መንግሥት ንግሥት ነበረች?
3. ንጉሡ ሁለት ግብዣ ያደረገው በነገሠ በስንተኛ ዓመቱ ነበር?
4. አስጢን ለሴቶች ግብዣ ያደረገችው የት ነበር?
5. ንጉሡ አስጢንን ለሰዎች ማሳየት የፈለገው ለምን ነበር?
6. ምን እንድትጭን ነበር ንጉሡ የነገራት?
7. አስጢን ለንጉሡ ጥያቄ የሰጠችው ምላሽ ምን ነበር?
8. ንጉሡ ምክር የጠየቀው እነማንን ነበር?
9. ለንጉሡ ባለመታዘዟ አስጢን የተቀጣችው ምን ነበር?
10. የፋርስ ንግሥት በመሆን አስጢንን የተካቻት ማን ነበረች?

ንግሥት አስጢን

ከመጽሐፍ ቅዱስ ውስጥ መጽሐፈ አስቴር 1፥1-22 አንብቡ። ለጥያቄዎቹ መልስ ስጡ።
ስዕሉን ከለር ቀቡ።

1. የንግሥት አስጢን ባል ማን ነበር? (ቁጥር 10)

....

....

....

....

2. አስጢን ወደ ባሏ ያልሄደችው ለምን ይመስላችኋል? (ቁጥር 12)

....

....

....

....

3. አስጢንን በተመለከተ ምን እንዲያደርግ ነበር ጠቢባኑ ለንጉሡ የነገሩት? (ቁጥር 15-18)

....

....

....

....

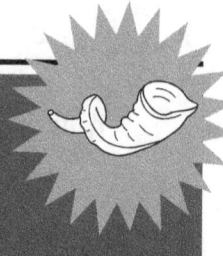

የሱሳ ከተማ

የፋርስ ዘመን

የፋርስ መንግሥት

የመጽሐፍ ቅዱስ ታሪክ ሕትመት

ንጉሡ አዲስ ሚስት ፈለገ

ንግሥት አስጢን ተሰናበተች!

የቤተ መንግሥቱ ግብዣ

Jewish Voice Ministries International

የፋርስ ነገሥታት

ስለ ፋርስ ነገሥታት ለማጥናት ኢንተርኔት፣ ኢንሳይክሎፒዲያ እና መጽሔቶችን ተጠቀሙ። የፋርስ ነገሥታትን ስዕል ቀድዳችሁ በማውጣት፣ በእያንዳንዱ ሳጥን ላይ ለጥፉ። ስለ እያንዳንዱ ንጉሥ አጭር መግለጫ ጻፉ።

ስዕል

....

....

....

ስዕል

....

....

....

ስዕል

....

....

....

ስዕል

....

....

....

በባቢሎን ስደተኛ

ከብዙ ዓመታት በፊት አስራ ሁለቱ የእስራኤል ነገዶች በከነዓን ምድር በአንድነት ይኖሩ ነበር፤ የአብርሃምን፣ የይስሐቅንና የያዕቆብን አምላክ ያመልኩም ነበር። ሀብታም እየሆኑ ሲመጡ፣ ሌሎች አማልክት ማምለክ ጀመሩ፤ በአሕዛብ መካከል እንደሚበትናቸው እግዚአብሔር እስራኤላውያንን አስጠነቀቀ። እንደዚያም ነበር የሆነው። በመጀመሪያ አሥሩ የሰሜን ነገዶች ዛብሎን፣ ጋድ፣ ዳን እና ሌሎቹ ነገዶች ከክርስቶስ ልደት በፊት በ722 ዓመተ ዓለም ወደ አሦር ተወሰዱ፤ በኋላም በመላው ዓለም ተበተኑ። ከክርስቶስ ልደት በፊት በ586 ዓመተ ዓለም የይሁዳና የብንያም እንዲሁም ጥቂት የሌዊ ነገዶች ባቢሎናውያን ወደ ምርኮ ተወሰዱ።

ዝም ብለው በምርኮ ወደ ባቢሎን (በኋላ ፋርስ የሆነችው) እንዲወሰዱ እንጂ፣ ጠላቶቻቸውን እንዳይወጉ ዕብራዊው ነቢይ ኤርምያስ ተናግሮ ነበር። ከሰባ ዓመታት በኋላ ወደ አገራቸው ለመመለስ ይፈቀድላቸዋል (ትንቢተ ኤርምያስ 25 እና 29)። ከነዚያ ሰባ ዓመታት በኋላ የፋርስ ንጉሥ ታላቁ ቂሮስ ባቢሎንን ድል አደረገ፤ እስራኤላውያንም ወደ አገራቸው እንዲመለሱ ፈቀደላቸው። እስራኤላውያን ከባቢሎን የተመለሱት በተለያየ ጊዜ እንደነበር የታሪክ አዋቂዎች ይስማማሉ፤ ይሁን እንጂ፣ ብዙ እስራኤላውያን እዚያው መኖርን ወይም ወደ ሌላ አገር መሄድ ነበር የመረጡት።

እስራኤላዊውን ከለር ቀቡ!

የእስራኤልን ነገዶችን እግዚአብሔር በአሕዛብ መካከል የበተነው ለምን ነበር?

....

ኤርምያስ ለእስራኤላውያን የሰጠው ምክር ምን ነበር?

....

Jewish Voice Ministries International

የጥንት ፋርስ መንግሥት

የጥንት ፋርስ ድንበር የት እንደነበር ፈልጋችሁ ምልክት አድርጉ። መልሱን ለማግኘት ኢንተርኔት ወይም የታሪክ አትላስ መጠቀም ይኖርባችሁ ይሆናል!

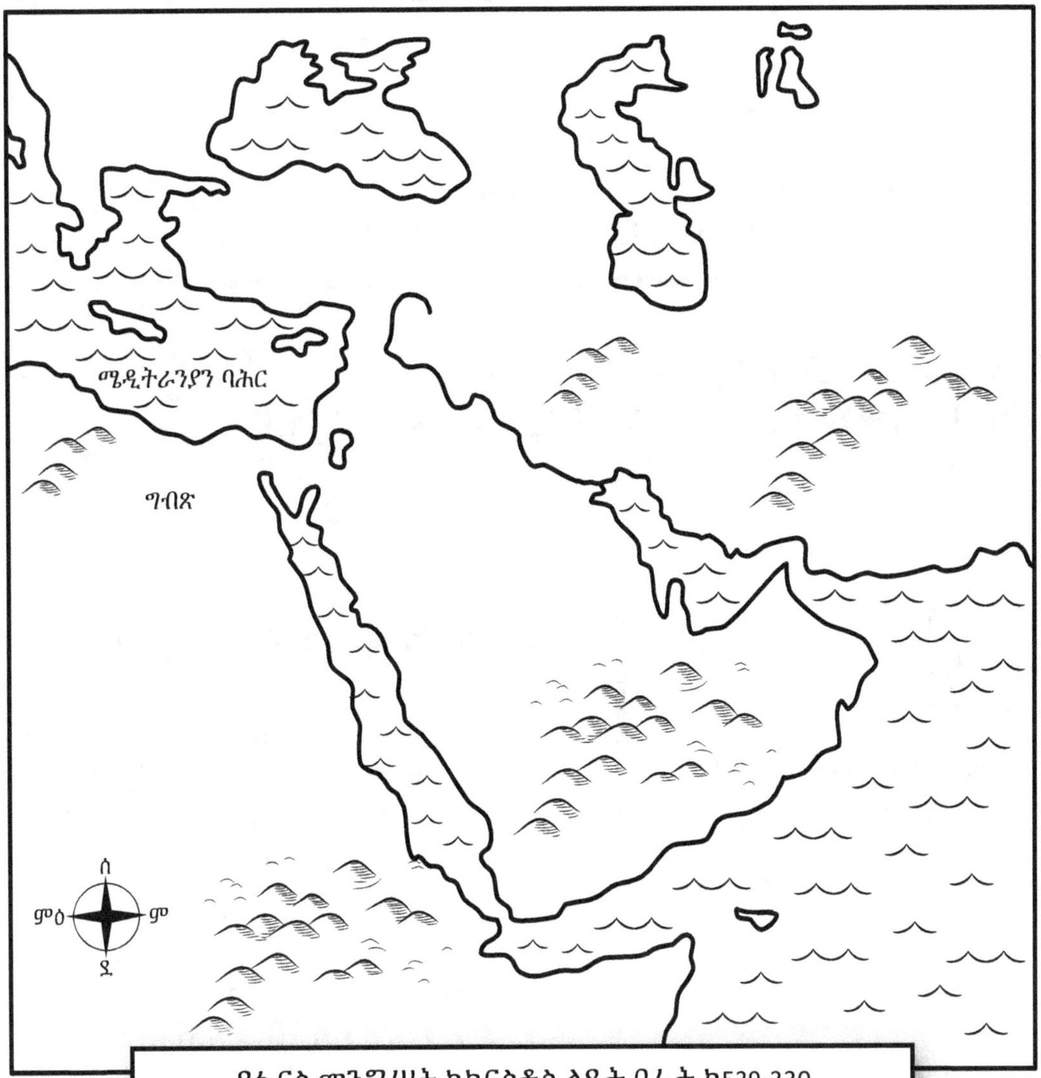

ሜዲትራንያን ባሕር
ግብጽ
ምዕ
ም
ደ

የፋርስ መንግሥት ከክርስቶስ ልደት በፊት ከ539-330 ዓመተ ዓለም

እነዚህን ቦታዎች ፈልጋችሁ ምልክት አድርጉ፦

ኢየሩሳሌም	ቀይ ባሕር
ሱሳ	ሶርያ
ባቢሎን	ፋርጤ
ኤፍራጥስ ወንዝ	አረቢያ

ትምህርት 2 | የትምህርቱ ዕቅድ

አስቴር ንጉሡን አገባች

አስተማሪው :- ______________________________

የዛሬው የመጽሐፍ ቅዱስ ምንባብ፦ መጽሐፈ አስቴር 2፥1-23

የእንኳን መጣችሁ ጸሎት፡-
ትምህርቱን ከመጀመርህ በፊት ከልጆቹ ጋር አጭር ጸሎት አድርግ።

የትምህርቱ ግቦች፡-
በዚህ ትምህርት ልጆቹ፡-
1. አስቴር ንጉሡን ለማግኘት መዘጋጀቷን
2. መርዶክዮስ እንዴት የንጉሡን ሕይወት እንዳዳነ ይማራሉ።

ይህን ታውቃላችሁ?
አስቴር ሀደሳ የተሰኘ የአይሁድ ስም ነበራት፤ ይህም ከርቤ ማለት ነው።

የመጽሐፍ ቅዱስ ትምህርት ዳሰሳ፡-
ንጉሡን ለማግኘት አስቴርና ሌሎች ሴቶች ለአንድ ዓመት ያህል ተዘጋጁ። ልዩ ልዩ ሽቱ፣ ቅባትና ሌሎች የውበት መጠበቂያ በየዕለቱ ይሰጣቸው ነበር። ከአስራ ሁለት ወራት በኋላ ንጉሡን ለማግኘት አስቴር ወደ ቤተ-መንግሥት ሄደች። ንጉሡ ከሌሎች ቆነጃጅት ሁሉ ይበልጥ አስቴርን ወደዳት። ራሷ ላይ ዘውድ በማድረግ አዲሷ ንግሥት አደረጋት። ታላቅ ግብዣ አደረገላት፤ ደግ ንጉሥ ስለ ነበር፣ ለሕዝቡ ስጦታዎችን ላከ። ከጥቂት ጊዜ በኋላ ሁለት ሰዎች ንጉሡን ለመግደል ሲመካከሩ መርዶክዮስ ሰማ። ለአስቴር ነገራት፤ አስቴር ለንጉሡ ተናገረች። ሁለቱ ሰዎች በስቅላት ተቀጡ፤ ለመርዶክዮስ ግን ምንም ሽልማት አልተሰጠውም ነበር።

Jewish Voice Ministries International

ትምህርቱን እንከልስ፡-

ለተማሪዎቹ ጥያቄዎች፡-

1. ንጉሡን ለማግኘት አስቴር ምን ያህል ጊዜ ነበር የተዘጋጀችው?
2. ንጉሡን ለማግኘት አስቴር ወዴት ነበር የሄደችው?
3. ንጉሡ አስቴርን አዲሷ ንግሥት ያደረጋት ለምንድነው?
4. መርዶክዮስ የሰማው ሴራ ምን ነበር?
5. ንጉሡን ለመግደል ሴራ ያደረጉት ሁለቱ ሰዎች ምን ተደረጉ?

የእግዚአብሔርን ቃል እንዲያስታውሱ ልጆችን ለመርዳት በቃል የሚያዝ ጥቅስ፡-

« ... ንጉሡ ከሌሎች ሴቶች ሁሉ ይበልጥ አስቴርን ወደዳት፤ ከሌሎች ደናግልም ሁሉ ይልቅ በእርሱ ዘንድ ሞገስንና መወደድን አገኘች።» (መጽሐፈ አስቴር 2፥17)

የሚደረጉ ነገሮች፡-

መሥሪያ ገጽ፦ ቤት መቀየር
በቃል የሚያዘውን ጥቅስ ከለር መቀባት፦ አስቴር
መሥሪያ ገጽ፦ ከርቤ ምንድነው?
ከለር መቀባት፦ አስቴር ንጉሡን አገባች
መልስ መስጠት፤ ከለር መቀባት፦ የተለየች ንግሥት
አጭር የመጽሐፍ ቅዱስ ጥያቄ፦ የመጽሐፍ ቅዱስ ነገሥታት
ከለር መቀባት፦ መርዶክዮስ
ጥናታዊ ገጽ፦ የንጉሡ በር
የፈጠራ ጽሑፍ፦ ንጉሥ አርጤክስስ
ቃላት መበታተን፦ ንጉሡ በጣም የወደደው ማንን ነው?
ዕብራይስጥ እንማር፦ ብንያም

የመዝጊያ ጸሎት

በአጭር ጸሎት ትምህርቱን አብቃ።

ቤት መቀየር

በጠባቂው በሄጌ ጥበቃ ሥር በመሆን አስቴር ወደ ቤተ-መንግሥት ስትሄድ ይዛ የሄደችው ምን ነበር? በጥንት ፋርስ ሕይወት ምን ይመስል እንደነበር አስቡ፤ አንዳንድ ዕቃዎችን ዘርዝሩ። እያንዳንዱን ነገር ከረጢት ውስጥ ሳሉ።

1. ....

2. ....

3. ....

4. ....

5. ....

6. ....

7. ....

8. ....

9. ....

10. ....

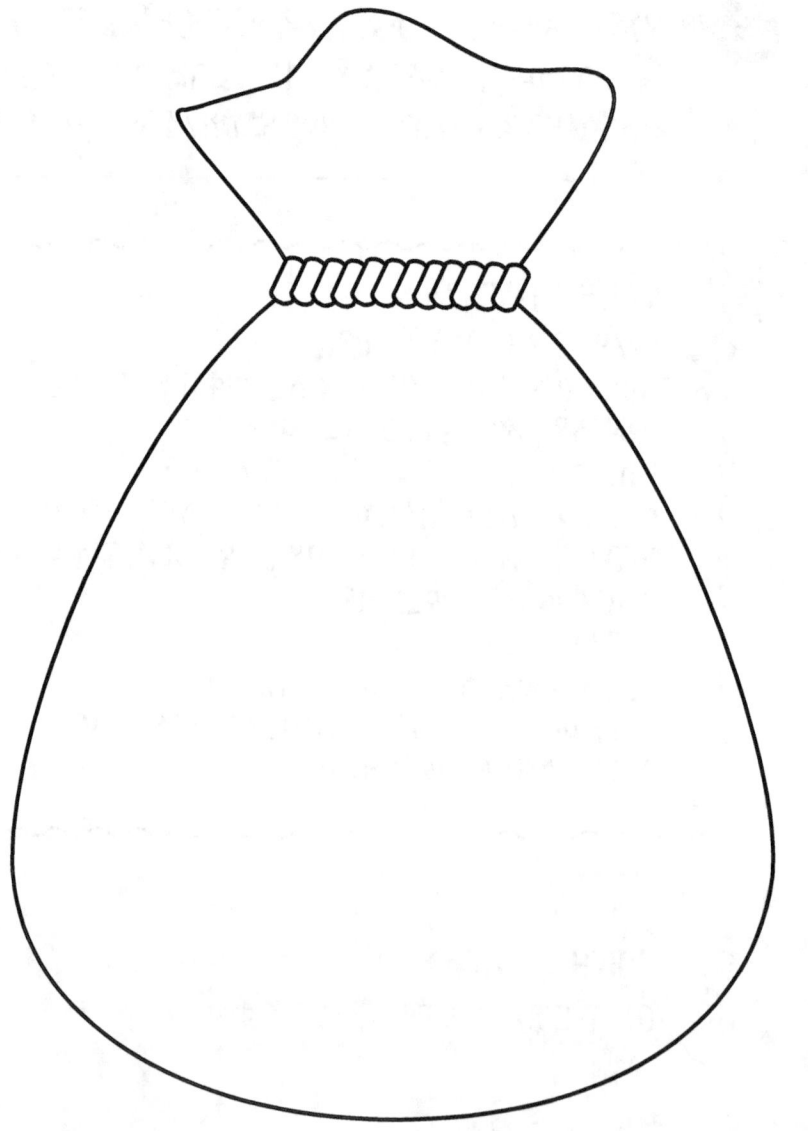

Jewish Voice Ministries International

<< አስቴር ንጉሡን ደስ አሰኘች፤ በእርሱ ፊት ሞገስ አገኘች >>

(መጽሐፈ አስቴር 2፥9)

ከርቤ ምንድነው?

«አንዲት ልጃገረድ ወደ ንጉሥ አርጤክስስ ዘንድ ለመግባት ተራዋ ከመድረሱ በፊት ለስድስት ወር በከርቤ ዘይት፣ ስድስት ወር ደግሞ ልዩ ልዩ ሽቱ በመቀባትና በተለያዩ የፊት ቀለሞች በመዋብ ባጠቃላይ አሥራ ሁለት ወር መቆየት ነበረባት…» (መጽሐፈ አስቴር 2፥12)

ከርቤ በአረቢያና በአፍሪካ ከሚገኙ ዛፎች የሚወጣ ጣፋጭ ሽታ ያለው ሙጫ ነው። ሙጫው ጠጣር እንዲሆን ከተደረገ በኋላ፣ ዘይት እንዲሆን በእንፋሎት ይጣራል። ዘይቱ ንጹሕ የተፈጥሮ ጣፋጭ መዓዛ ይኖረዋል፤ በጥንት ዘመን ሰዎች ለሽቱ፣ ለመልካም መዓዛ፣ ለመድኃኒትና ለተቀደሱ ዓላማዎች ይጠቀሙበት ነበር። አስቴር በዚህ ዘይት የተጠቀመችው ንጉሡን ለማግኘት ስትዘጋጅ ነበር።

በታሪክ ውስጥ አንድ ወቅት ከርቤ ከወርቅ የበለጠ ዋጋ ነበረው። ዛሬም ቢሆን ጥርስ ሳሙና ውስጥ፣ አፍን ለማጽዳት፣ እንደ ማደንዘዣና መድኃኒት ውስጥ ጥቅም ላይ ይውላል። የከርቤ ባሕላዊ ጥቅም የቆዳ ቁስልንና ኢንፌክሽንን ማከምንም ይጨምራል። ከርቤ ጉሮሮ ላይ ማሸት የጉሮሮ ሕመም ለማስታገሥ እንደሚረዳ ይነገራል። ከርቤ በዕብራይስጥ፣ "ሙር" ወይም፣ "ማሮር" ይባላል፤ ይህም "መራራ" ማለት ነው።

የከርቤ ዘይት በመጠቀም… ማድረግ/መስራት እችላለሁ።

....

....

....

....

የከርቤ ሙጫውን ከለር ቀቡ!

አስቴር ንጉሡን አገባች

ንጉሡ አስቴርን ከሌሎች ሴቶች የበለጠ ወደዳት፤ በእርሱ ዘንድ ሞገስና መወደድን አገኘች። ራሷ ላይ ንጉሣዊ ዘውድ ጫነላት፤ በአስጢን ቦታ ንግሥት አደረጋት። ከዚያ ንጉሡ ለባለሥልጣኖቹና ለአገልጋዮቹ ሁሉ ታላቅ ግብዣ አደረገ (መጽሐፈ አስቴር 2፡17-18)። ከዚህ የመጽሐፍ ቅዱስ ምንባብ ደስ ያላችሁን ሁኔታ ሳሉ።

የተለየች ንግሥት

ከመጽሐፍ ቅዱስ ውስጥ መጽሐፈ አስቴር 2፥17-18 አንብቡ። ለጥያቄዎቹ መልስ ስጡ። ስዕሉን ከለር ቀቡ።

1. ከሌሎች ሴቶች ሁሉ የበለጠ ንጉሡ የወደደው ማንን ነበር? (ቁጥር 17)

....

....

....

....

2. ንጉሡ አስቴርን የፋርስ ንግሥት ያደረጋት እንዴት ነበር? (ቁጥር 17)

....

....

....

....

3. ንጉሡ አስቴርን በማግባቱ ደስታውን የገለጠው እንዴት ነበር? (ቁጥር 18)

....

....

....

....

የመጽሐፍ ቅዱስ ነገሥታት

1ኛ ሳሙኤል ምዕራፍ9፣16-17፤ ትንቢተ ዳንኤል ምዕራፍ 5-6፤ ኦሪት ዘኍልቁ ምዕራፍ 22፣ 2ኛ ዜና መዋዕል ምዕራፍ 3፤ መጽሐፈ አስቴር ምዕራፍ 1-2 እና የማቴዎስ ወንጌል ምዕራፍ 6ን አንብቡ። ከታች ላሉት ጥያቄዎች መልስ ስጡ።

1. የመጀመሪያው የእስራኤል ንጉሥ ማን ነበር? (1ኛ ሳሙኤል 9፡1-11፡13)
2. ዳዊት ንጉሥ አድርጎ የቀባው ነቢይ ማን ነበር? (1ኛ ሳሙኤል 16፡1-13)
3. ዳንኤልን ወደ አንበሳ ጉድጓድ የጣለው ንጉሥ ማን ነበር? (ትንቢተ ዳንኤል 6፡1-16)
4. በለዓም እስራኤልን እንዲረግም የፈለገው ንጉሥ ማን ነበር? (ኦሪት ዘኍልቍ 22፡1-41)
5. በኢየሩሳሌም የመጀመሪያውን ቤተ-መቅደስ የሠራው ንጉሥ ማን ነበር? (2ኛ ዜና መዋዕል 3፡1)
6. ንጉሥ ከመሆኑ በፊት የዳዊት ሥራ ምን ነበር? (1ኛ ሳሙኤል 17፡34)
7. ግድግዳው ላይ ጽሑፍ ያየው ንጉሥ ማን ነበር? (ትንቢተ ዳንኤል 5፡1-7)
8. አስጢንና አስቴር የሚባሉ ሚስቶች የነበሩት ንጉሥ ማን ነበር? (መጽሐፈ አስቴር 1፡1-2፡18)
9. ከተለያዩ ነገሮች ስለተሠራው ምስል ሕልም ያየው ንጉሥ ማን ነበር? (ትንቢተ ዳንኤል 2፡1-45)
10. መጥምቁ ዮሐንስን ያሰረው ንጉሥ ማን ነበር? (የማቴዎስ ወንጌል 6፡17)

መርዶክዮስ

መጽሐፈ አስቴር 2፥22ን አንብቡና ከታች የመጽሐፍ ቅዱስ ጥቅሶቹን ጻፉ።

....

....

....

1. መርዶክዮስን ወደ ከፍታ ያወጣቸው ሴት ማን ነበረች?

....

....

2. መርዶክዮስ ለአስቴር የሰጣት መመሪያ ምን ነበር?

....

....

3. መርዶክዮስ የንጉሡን ሕይወት ያዳነው እንዴት ነበር?

....

....

ከዚህ ታሪክ ደስ ያላችሁን ሁኔታ ሳሉ።

የመርዶክዮስ ሕይወት ምን ሊያስተምረኝ ይችላል?	እግዚአብሔር መርዶክዮስን... ተጠቀመበት
....	....
....	....

Jewish Voice Ministries International

የንጉሡ በር

በጥንቱ ቅርብ ምሥራቅ የንጉሡ በር የሚባለው ዋናው የቤተ-መንግሥቱ ሕንፃ አጠገብ የሚገኘው ትልቅ ሕንፃ ነበር። «የንጉሡ በር» የተሰኘው ሐረግ ቤተ-መንግሥቱንና አደባባዩን የሚያመለክት ሲሆን፣ «በበሩ ያሉት» ከተባለ የአደባባዩ ልዩ መጠሪያ በመሆን ነበር የሚያገለግለው። የቤተ-መንግሥቱ መግቢያ በሮች ሰዎች ከንጉሡ ጋር ለመነጋገር ወይም የእርሱን ፍርድ ለመስማት የሚሰበሰቡባቸው ቦታዎች ነበሩ። የንጉሡ አገልጋዮች እርሱን ለመግደል የተመካከሩት የንጉሡ በር ጋር ሆነው እንደነበር መጽሐፈ አስቴር ያመለክታል። ሴራውን የሰማው መርዶክዮስ ለአስቴር ነገራት፣ እርሷም ያንን ለንጉሡ ተናገረች (መጽሐፈ አስቴር 2፥19-23)

በጥንት ፋርስ ፔርሴፓሊስ ከተማ ሰዎች አቤቱታቸውን ለማሰማት ንጉሡን የሚጠብቁት የንጉሡ በር ጋር ነበር። በዚያ ቦታ የደኅንነት ሠራተኞቹ ጥያቄ ካቀረቡላቸው በኋላ ነበር ወደ አደባባዩ እንዲገቡ የሚፈቅዱላቸው። ንጉሡ እንግዶችን ከሚቀበልበት የስብሰባ አዳራሽ እና ከፍርድ አደባባዩ መካከል ሆነው መልእክተኞች መልእክቶችን ወዲያ ወዲህ ያመላለሱ። በ1800ዎቹ ዓመታት መጨረሻ ላይ አንድ ፈረንሳዊ አርኪዎሎጂስት ከ2,000 ዓመት ለበለጠ ዘመን ተቀብሮ የነበረውን የሱሳ ቤተ መንግሥት ፍርስራሽ በቁፋሮ አግኝቷል።

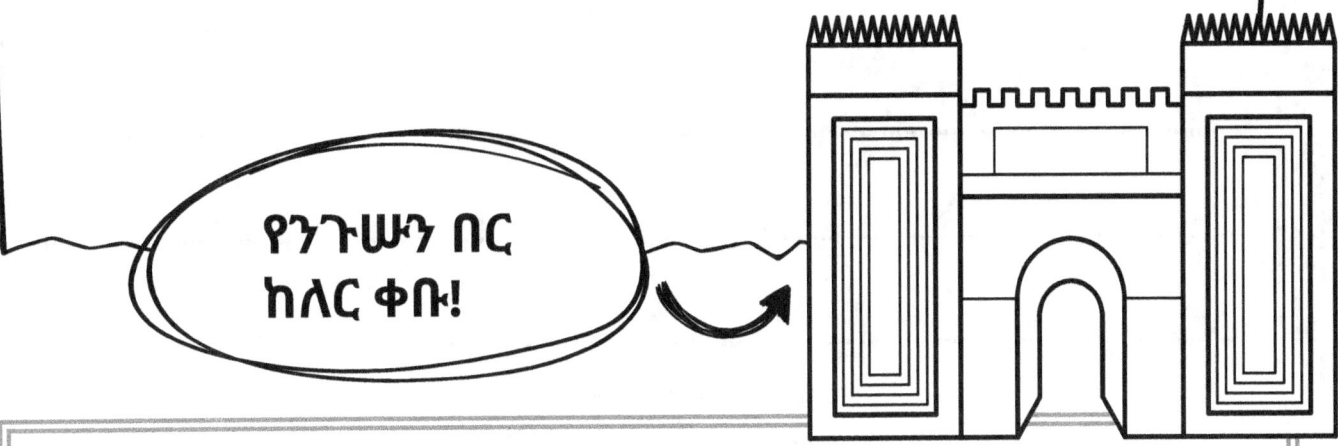

የንጉሡን በር ከለር ቀቡ!

በአስቴር ዘመን በንጉሡ በር ምን ነበር የሆነው?

....

ጥቂት ጥናት አድርጉ። የሱሳ ከተማ የሚገኘው አሁን ባለችው በየትኛው አገር ውስጥ ነበር?

....

ንጉሥ አርጤክስስ

ከመጽሐፍ ቅዱስ ውስጥ መጽሐፈ አስቴር 1፥1-2፥23 አንብቡ። ስለ ንጉሥ አርጤክስስ የተረዳችሁት ምንድነው? ስለ ንጉሡ ለመናገር አጭር አንቀጽ ጻፉ። ገጹ ሥር ያለውን ስዕል ከለር ለመቀባት ምናባዊ ሐሳባችሁን ተጠቀሙ።

....

....

....

....

....

....

....

Jewish Voice Ministries International

ንጉሡ በጣም የወደደው ማንን ነበር?

መልሱን ለማግኘት ቃላቱን ገጣጥሙ። ፍንጭ፡ መጽሐፈ አስቴር 2፡17 አንብቡ

< < ...መወደድን ከሌሎች ዘንድ አገኘች

____

ሴቶች አስቴርን እርሱ ይበልጥ ንጉሡ

____

በእርሱ ሞገስና ወደዳት ሁሉ። > >

____

Jewish Voice Ministries International

ብንያም

በዕብራይስጥ የብንያም ስም ቤኒአሚን ነው። ብንያም ከያዕቆብ ልጆች 12ኛው ነው (እስራኤል በመባልም ይታወቃል)። ብንያምን በማስቀረት ባርያ ሊያደርገው እንደሆነ በመናገር በግብፅ ምድር ዮሴፍ ወንድሞቹን ፈትኖአቸው ነበር። የብንያም ነገድ ወደ ተስፋይቱ ምድር ከደረሱ በኋላ በሰሜን ኢየሩሳሌም ርስት ተሰጣቸው። የብንያም ነገድ ጥሩ ተዋጊዎች በመሆን ይታወቃሉ። ከዚህ ነገድ ከተገኙ ታዋቂ ሰዎች መካከል መርዶክዮስ፣ ንጉሥ ሳኦል እና ሐዋርያው ጳውሎስ ይጠቀሳሉ።

ቤኒአሚን

(Been-yah-MEEN)

בִּנְיָמִין

ብንያም

ከዚህ በታች የዕብራይስጡን ስም በማድመቅ ጻፉ፦

בנימין

בנימין

እዚህ ላይ የዕብራይስጡን ስም ጻፉ፦

እንጻፍ!

ከታች ባሉት መስመሮች የብንያምን ስም በዕብራይስጥ
መጻፍ ተለማመዱ።

בנימין

בנימין

ይህን በራሳችሁ ሞክሩ፤ ዕብራይስጥ
የሚጻፈው ከቀኝ ወደ ግራ መሆኑን አስታውሱ።

ትምህርት 3 | የትምህርቱ ዕቅድ

አስተዋይ ንግሥት

አስተማሪው :- ______________________

የዛሬው የመጽሐፍ ቅዱስ ምንባብ መጽሐፈ አስቴር 4፥1-5፥8

የእንኳን መጣችሁ ጸሎት፡-

ትምህርቱን ከመጀመርህ በፊት ከልጆቹ ጋር አጭር ጸሎት አድርግ።

የትምህርቱ ግቦች፡-

በዚህ ትምህርት ልጆቹ፡-

1. ሐማ ለምን ዕብራውያንን ለማጥፋት እንደፈለገ
2. አስቴር ከንጉሡ ጋር ለመገናኘት እንዴት እንደተዘጋጀች ይማራሉ።

ይህን ታውቃላችሁ?

በመጽሐፍ ቅዱስ ውስጥ ያሉ ሰዎች በጣም ሲያዝኑ ወይም ሲያለቅሱ ማቅ ይለብሱ ነበር፤ ጠጉራቸው ላይ አመድ ይነሰንሱ ነበር።

የመጽሐፍ ቅዱስ ትምህርት ዳሰሳ፡-

በዚያ ዘመን ሐማ የሚባል ክፉ ሰው ነበር። መርዶክዮስን በጣም ይጠላው ነበር! ለሕግ ስለማይገዛው ስለ አንድ ሕዝብ ነገር (ስለ ዕብራውያን) ለንጉሡ ነገረው። እነርሱን ለማጥፋትም ዕቅድ ነበረው! ንጉሡ የሐማን ምክር ሰምቶ ዕብራውያን ሁሉ እንዲገደሉ ትእዛዝ አወጣ። መርዶክዮስ ስለ ዕቅዱ ሲሰማ በጣም አዘነ። ሐሳቡን እንዲለውጥ ለንጉሡ እንድትናገር መርዶክዮስ ለአስቴር ነገራት። ሳትጠራ ንጉሡ ፊት መቅረብን አስቴር በጣም ፈርታ ነበር። ስለዚህ ለሦስት ቀናት ጸለየች፤ ጾመች። ከዚያም ንጉሡን ለማግኘት ሄደች። ንጉሡ ሲያያት ደስ አለው። በእጁ የያዘውን የወርቅ ዘንግ ዘረጋላትና፣ "የምትጠይቂኝን ሁሉ እሰጥሻለሁ" አላት። አስቴር ንጉሡንና ሐማን ወዳዘጋጀችው ግብዣ እንዲመጡ ጠራቻቸው።

ትምህርቱን እንከልስ፡-

ለተማሪዎቹ ጥያቄዎች፡-

1. ሐማ ማን ነበር?
2. ንጉሡ ምን ዓይነት ሕግ ነበር ያወጣው?
3. ንጉሡን ለማግኘት ከመሄዷ በፊት አስቴር ያደረገችው ምን ነበር?
4. አስቴር ወደ ንጉሡ ለመሄድ የፈራችው ለምን ነበር?
5. አስቴርን ሲያያት ንጉሡ ምን ነበር ያደረገው?

የእግዚአብሔርን ቃል እንዲያስታውሱ ልጆችን ለመርዳት በቃል የሚያዝ ጥቅስ፡-

«ደግሞስ አንቺ ንግሥት ለመሆን የበቃሽው ለዚህ ጊዜ እንደሆነ ማን ያውቃል?»
(መጽሐፈ አስቴር 4፥14)

የሚደረጉ ነገሮች፡-

ጥናታዊ ገጽ፦ የሐማ ክፉ ዕቅድ
የፈጠራ ጽሑፍ፦ አስቴር
አጭር የመጽሐፍ ቅዱስ ጥያቄ፦ መርዶክዮስ
መሥሪያ ገጽ፦ የአስቴር ጎበዝነት የታየበት ጊዜ
መሥሪያ ገጽ፦ አስቴር
ከለር መቀባት፦ አስቴር
መሥሪያ ገጽ፦ ለአንድ ቀን ንጉሥ ወይም ንግሥት ብሆን ኖሮ
ከለር መቀባት፦ አስቴር ለንጉሡ ተናገረች
የሚሠራ፦ ዘውድ/አክሊል ሥሩ
የሚሰራ፦ አስቴር ጎበዝ ነበረች!
ጠመዝማዛ መንገድ፦ የአስቴር ድግስ
ዕብራይስጥ እንማር፦ አስቴር
የሚሰራ፦ ይህን ያለው ማነው?

የመዝጊያ ጸሎት

በአጭር ጸሎት ትምህርቱን አብቃ።

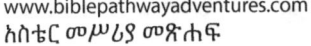

የሐማ ክፉ ዕቅድ

መጽሐፈ አስቴር 3፡5-11 አንብቡ። ለጥያቄዎቹ መልስ ስጡ።

«መርዶክዮስ ወድቆ ሊሰግድለት እንደማይፈልግ ሐማ ሲረዳ በጣም ተናደደ። ሐማ መርዶክዮስ ዕብራዊ መሆኑን አውቆ ነበር። ይሁን እንጂ፣ መርዶክዮስን ብቻ ለመግደል አልነበረም የፈለገው። በአገሩ ውስጥ የነበሩ ዕብራውያንን ሁሉ ለማጥፋት ፈለገ። አርጤክስስ ንጉሥ በሆነ አሥራ ሁለተኛ ዓመት፣ ኒሳን በሚባለው የመጀመሪያ ወር፣ ትክክለኛ ቀንና ወሩን ለማወቅ ሐማ ዕጣ አወጣ። እናም አዳር የሚባለው አሥራ ሁለተኛ ወር ተመረጠ። (በዚያ ዘመን ዕጣው፣ «ፉር» ይባል ነበር።) ከዚያም ሐማ ወደ ንጉሡ መጥቶ፣ «በአሕዛብ መካከል በመንግሥትህ አውራጃዎች ሁሉ ተሠራጭቶና ተበታትኖ የሚኖር አንድ ሕዝብ አለ፤ ይህም ሕዝብ ከሌሎች ሕዝቦች ሁሉ የተለየ ልማድ ያለውና የንጉሡንም ሕግ የማይታዘዝ ነው፤ ታዲያ ይህን ዝም ማለቱ ለንጉሡ አይበጅም። ነገሩ ንጉሡን ደስ የሚያሰኘው ከሆነ እነርሱን ለማጥፋት ትእዛዝ ይውጣ፤ እኔም ይህን ተግባር ለሚፈጽሙ ሰዎች የሚውል 750,000 የብር መክሊት ወደ መንግሥት ግምጃ ቤት አስገባለሁ» አለ። ንጉሡ የጣቱን ቀለበት አውጥቶ ለአጋጋዊው ለሐማዳቱ ልጅ ለሐማ በመስጠት፣ "ገንዘቡን እዚያው ያዘው፤ ሕዝቡንም እንዳሻህ አድርገው" አለው።»

1. ሐማ ዕብራውያንን ማጥፋት የፈለገው ለምንድነው?

....

....

....

....

2. ስለ ዕብራውያን ሐማ ለንጉሡ የነገረው ምንድነው?

....

....

....

....

3. ንጉሡ በሐማ ዕቅድ የተስማማው ለምን ይመስላችኋል?

....

....

....

....

አስቴር

ከመጽሐፍ ቅዱስ ውስጥ መጽሐፈ አስቴር 1፥1-4፥17 አንብቡ። ስለ አስቴር የተረዳችሁት ምንድነው? ስለ አዲሷ የፋርስ ንግሥት የሚገልጽ አጭር አንቀጽ ጻፉ። ገጹ ሥር ያለውን ስዕል ከለር ለመቀባት ምናባዊ ሐሳባችሁን ተጠቀሙ።

....

....

....

....

....

....

....

መርዶክዮስ

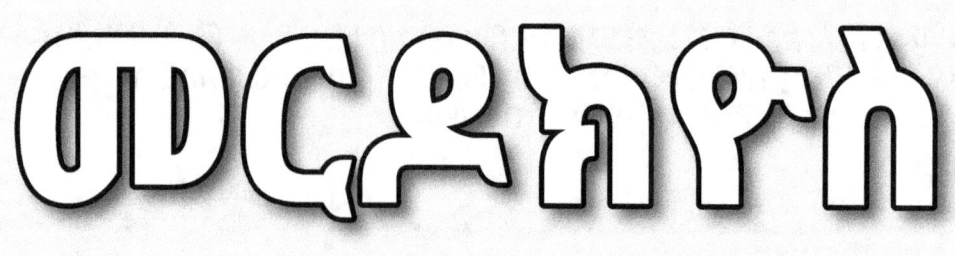

መጽሐፈ አስቴር ከምዕራፍ 1-6 አንብቡ። ከታች ላሉት ጥያቄዎች መልስ ስጡ።

1. መርዶክዮስ ከየትኛው የእስራኤል ነገድ ነበር?

2. መርዶክዮስ የሚኖረው በየትኛው መንግሥት ውስጥ ነበር?

3. በዚያ ጊዜ የፋርስ ንግሥት ማን ነበረች?

4. መርዶክዮስ ያሳደገው የቤተሰብ አባል ማን ነበር?

5. አስቴር ወደ ቤተ-መንግሥት ስትገባ መርዶክዮስ ምን ምክር ነበር የሰጣት?

6. መርዶክዮስን የሚጠላው የንጉሡ ባለሥልጣን ስም ማን ነበር?

7. ሕይወቱን በማዳኑ የፋርስ ንጉሥ መርዶክዮስን ያከበረው እንዴት ነበር?

8. መርዶክዮስ ወድቆ እንደማይሰግድለት ሐማ ሲረዳ ያደረገው ምን ነበር?

9. ሐማ መስቀያዎች ያሠራው ለምን ነበር?

10. ሐማ ከተሰቀለ በኋላ ንጉሡ ለመርዶክዮስ ያደረገለት ምን ነበር?

የአስቴር ኀበዝነት የታየበት ጊዜ

የአስቴር ኀበዝነት እንዴት ነበር?

1. አስቴር ሕዝቧን ለማዳን ያቀደችው ምን ነበር?

....

2. አስቴር ኀበዝነቷን ያሳየችው እንዴት ነበር?

....

3. የአስቴርን ኀበዝነት የሚያሳይ ስዕል ሥሩ፤ ወይም ኀበዝነት ለእናንተ ምን ማለት እንደሆነ የሚያሳይ ስዕል ሳሉ።

Jewish Voice Ministries International

አስቴር

የአስቴር ታሪክ መጽሐፍ ቢሆን ኖሮ የሽፋን ገጹ ይህን ይመስል ነበር. . .።

ለመጀመሪያ ጊዜ ወደ ቤተ-መንግሥት የገባቸው አስቴርን እንደሆናችሁ አስቡ። ለመርዶክዮስ ምን ነበር የምትነግሩት?

አስቴር በሱሳ የኖረችበትን ቤተ-መንግሥት ስዕል ሳሉ። ምናባዊ አስተሳሰባችሁን ተጠቀሙ!

ንግሥት ብትሆኑ ኖሮ ሕይወታችሁ የሚለወጠው እንዴት ነበር?

አስቴር

መጽሐፈ አስቴር 4፥14 አንብቡና ከታች የመጽሐፍ ቅዱስ ጥቅሱን ጻፉ።

1. አስቴር የጾመችው ስንት ቀን ነበር?

2. አስቴር ሳትጠራ በእርሱ ፊት በቀረበችበት ጊዜ ንጉሡ ያደረገው ምን ነበር?

3. አስቴር ወደ ግብዣዋ እንዲሚመጡ የጠራችው እነማንን ነበር?

ከዚህ ታሪክ ደስ ያላችሁን ሁኔታ ሳሉ።

የአስቴር ሕይወት የሚያስተምረኝ ምንድነው?	እግዚአብሔር አስቴርን ለ... ተጠቀመባት።

Jewish Voice Ministries International

ለአንድ ቀን ንጉሥ ወይም ንግሥት ብሆን ኖሮ

ምን ለውጥ ታደርጉ ነበር? ሕዝባችሁን እንዴት ታገለግሉ ነበር? ሐሳባችሁን ከታች ባለው ጥቅልል ወረቀት ላይ ጻፉ።

....

....

....

....

....

....

....

....

....

....

....

....

ለአንድ ቀን ንጉሥ ወይም ንግሥት ብትሆኑ ምን ታደርጉ ነበር?

አስቴር ለንጉሡ ተናገረች

አስቴር ንጉሡን ለማግኘት ስትሄድ፤ የወርቅ ዘንግ ዘረጋላት። ስዕሉን የተሟላ ለማድረግ ንጉሡንና የወርቅ ዘንጉን ሳሉ።

አስቴር ጎበዝ ነበረች!

ጎበዝ መሆን ማለት አስቸጋሪ ቢሆን እንኳ ትክክለኛውን ነገር ማድረግ ማለት ነው። ንጉሡን ለማየት በመሄዷ አስቴር ጎበዝ ሆናለች። ከታች ባለው ደመና ጉብዝናን ያሳያችሁባቸው አራት ጊዜዎች ጻፉ ወይም ሳሉ።

...ጊዜ ጉብዝና አሳይቻለሁ

...ጊዜ ጉብዝና አሳይቻለሁ

...ጊዜ ጉብዝና አሳይቻለሁ

...ጊዜ ጉብዝና አሳይቻለሁ

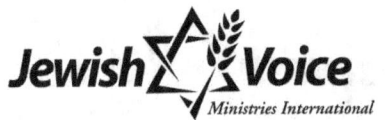

የአስቴር ድግስ

ወደ አስቴር ድግስ እንዲመጡ ሐማንና ንጉሡን እርዷቸው፡፡

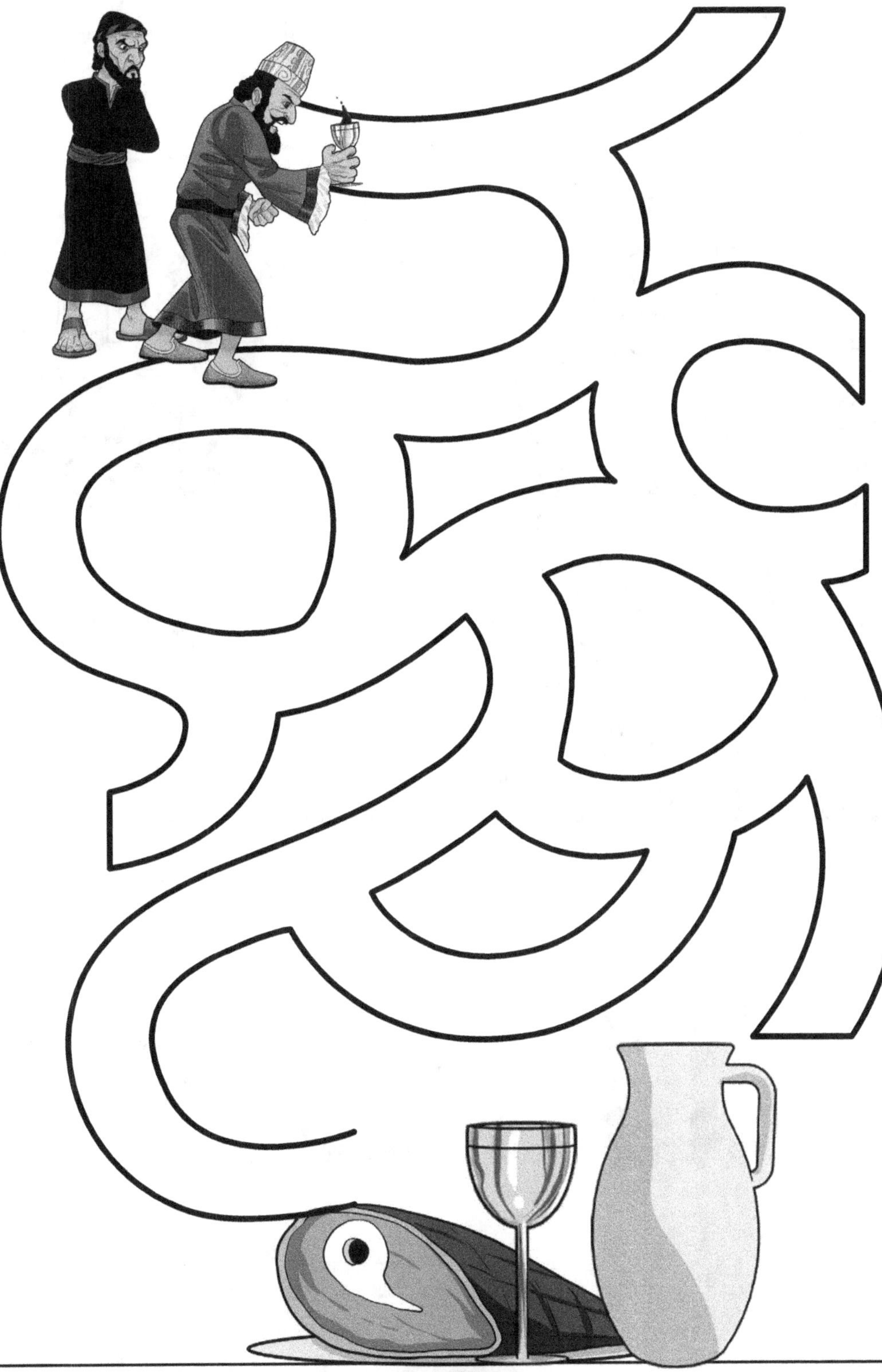

አስቴር

የአስቴር ስም በዕብራይስጥ ኢስተር ነው። ሕዝቧን ለማዳን አስቴር ሦስት ቀን ጾማለች። ከዚያ ማንም ሳይፈቀድላት ንጉሡን ለማግኘት ሄደች። አስቴር ጎበዝ ነበረች!

ኢስተር

אֶסְתֵּר

ኢስተር

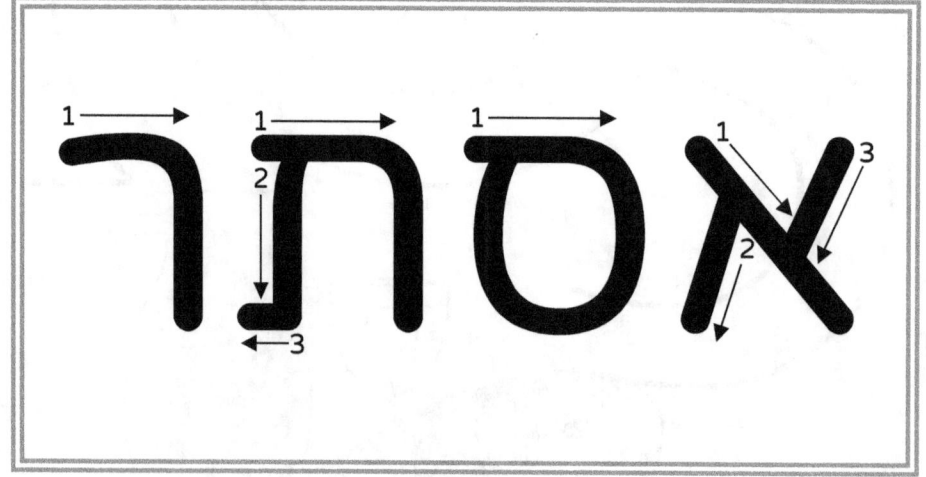

እንጻፍ!

ከታች ባሉት መስመሮች የብንያምን ስም በዕብራይስጥ
መጻፍ ተለማመዱ፡፡

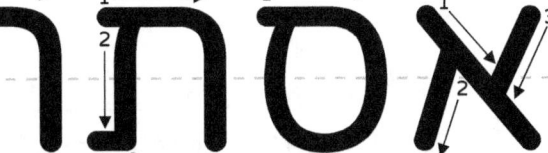

אסתר

אסתר

ይህን በራሳችሁ ሞክሩ፤ ዕብራይስጥ
የሚጻፈው ከቀኝ ወደ ግራ መሆኑን አስታውሱ፡፡

ትምህርት
4

የትምህርቱ ዕቅድ

የመርዶክዮስ ሽልማት

አስተማሪው :- ___________________________

የዛሬው የመጽሐፍ ቅዱስ ምንባብ፡ መጽሐፈ አስቴር 5፥1-6፥14

የእንኳን መጣችሁ ጸሎት፡-
ትምህርቱን ከመጀመርህ በፊት ከልጆቹ ጋር አጭር ጸሎት አድርግ።

የትምህርቱ ግቦች፡-
በዚህ ትምህርት ልጆቹ፡-

1. ንጉሡ ስለ መርዶክዮስ ጉብዝና እንዴት እንደሰማ
2. ንጉሡ ለመርዶክዮስ ምን እንዳደረገለት ይማራሉ።

ይህን ታውቃላችሁ?
በ1851 በኢራን የነበሩ የብሪቲሽ ጂዎሎጂስቶች የፋርስ ከተማ የነበረችው ሱሳ አግኝተዋል።

የመጽሐፍ ቅዱስ ትምህርት ዳሰሳ፡-
ሐማ እና የፋርሱ ንጉሥ አስቴር ወዳዘጋጀችላቸው ድግስ ሄዱ። ከዚያ በኋላ ንጉሡ እንቅልፍ መተኛት አልቻለም። የታሪክ መጽሐፍ ቀርቦ እንዲነበብለት ንጉሡ አገልጋዮቹን አዘዘ። እያዳመጠ ሳለ መርዶክዮስ የሚሉት አንድ ጐበዝ ሰው ሕይወቱን እንዳዳነው ተረዳ። ንጉሡ መርዶክዮስን መሸለም ፈለገ። ሐማ እርሱን ለመጠየቅ ሲመጣ፣ "አንድን ሰው እንዴት ነው መሸለም ያለብኝ?" በማለት ንጉሡ ጠየቀው። ሐማ ደረቱን ወደ ፊት ነፋ። ንጉሡ እየተናገረ ያለው ስለ እርሱ እንደሆነ አሰበ። ሆኖም፣ ንጉሡ መርዶክዮስን መሸለም ነበር የፈለገው። መርዶክዮስን ምርጥ ልብስ እንዲያለብሰውና ከንጉሡ ፈረሶች በአንዱ አስቀምጦ በከተማው አደባባዮች ሁሉ እንዲያዞረው ንጉሡ ሐማን አዘዘው።

ትምህርቱን እንከልስ፦

ለተማሪዎቹ ጥያቄዎች፦

1. ሐማንና ንጉሡን ወደ ድግሱ የጠራቸው ማን ነበር?
2. ከድግሱ በፊት ሐማ ምን አሠርቶ ነበር?
3. የንጉሡ አገልጋዮች ለንጉሡ ያነበቡለት ምን ነበር?
4. ንጉሡን ለማግኘት ሐማ ወደ ቤተ-መንግሥት ሲመጣ ምን ነበር የሆነው?
5. በፈረስ አስቀምጦ ሐማ በመንገዶቹ ያዞረው ማንን ነበር?

የእግዚአብሔርን ቃል እንዲያስታውሱ ልጆችን ለመርዳት በቃል የሚያዝ ጥቅስ፦

«ንጉሡና ሐማ አስቴር ወዳዘጋጀችው ግብዣ ሄዱ።» (መጽሐፈ አስቴር 5፥5)

የሚደረጉ ነገሮች፦

ከለር መቀባት፦ የታሪክ መጽሐፍ
የሚሠራ፦ የመርዶክዮስ ልብስ
ነጠብጣቦቹን ማያያዝ፦ መርዶክዮስ
ከለር መቀባት፦ የመርዶክዮስ ሽልማት
መሥሪያ ገጽ፦ ቃሉ ምን ይላል?
መሥሪያ ገጽ፦ ስለ ፋርስ ሳሉ፤ ጻፉ
አጭር የመጽሐፍ ቅዱስ ጥያቄ፦ ሐማ
የፊጠራ ጽሑፍ፦ ሐማ
የጋዜጣ ገጽ፦ የፋርስ ዘመን
መሥሪያ ገጽ፦ የጥንት ፋርስ
መሥሪያ ገጽ፦ እኔ ማን ነኝ?

የመዝጊያ ጸሎት

በአጭር ጸሎት ትምህርቱን አብቃ።

የታሪክ መጽሐፍ

መጽሐፈ አስቴር 6፥1-11 አንብቡ። ከታች ላሉት የመጽሐፍ ቅዱስ ምንባቦች አጭር ቃሎች ጻፉ።

....

....

....

1. አገልጋዮቹ ለንጉሡ ያነበቡለት ምንድነው?

....

....

2. ንጉሡን ለመግደል የፈለገ ማን ነበር?

....

....

3. የንጉሡን ሕይወት ያዳነ ማን ነበር?

....

....

ከዚህ ታሪክ ደስ ያላችሁን ሁኔታ ሳሉ።

የመርዶክዮስ ሕይወት ምንድነው የሚያስተምረኝ?	...በማድረግ ንጉሡ መርዶክዮስን ሸለመው
....	....
....	....

የንጉሡ ልብስ

ንጉሡ መርዶክዮስን ባከበረው ጊዜ፣ መርዶክዮስ እንዲለብስ ንጉሣዊ ልብስ ሰጥቶት ነበር
(መጽሐፈ አስቴር 6፥8-11) የመርዶክዮስን ልብስ ሥሩ፣ ከለር ቀቡ። ምናባዊ ሐሳባችሁን ተጠቀሙ!

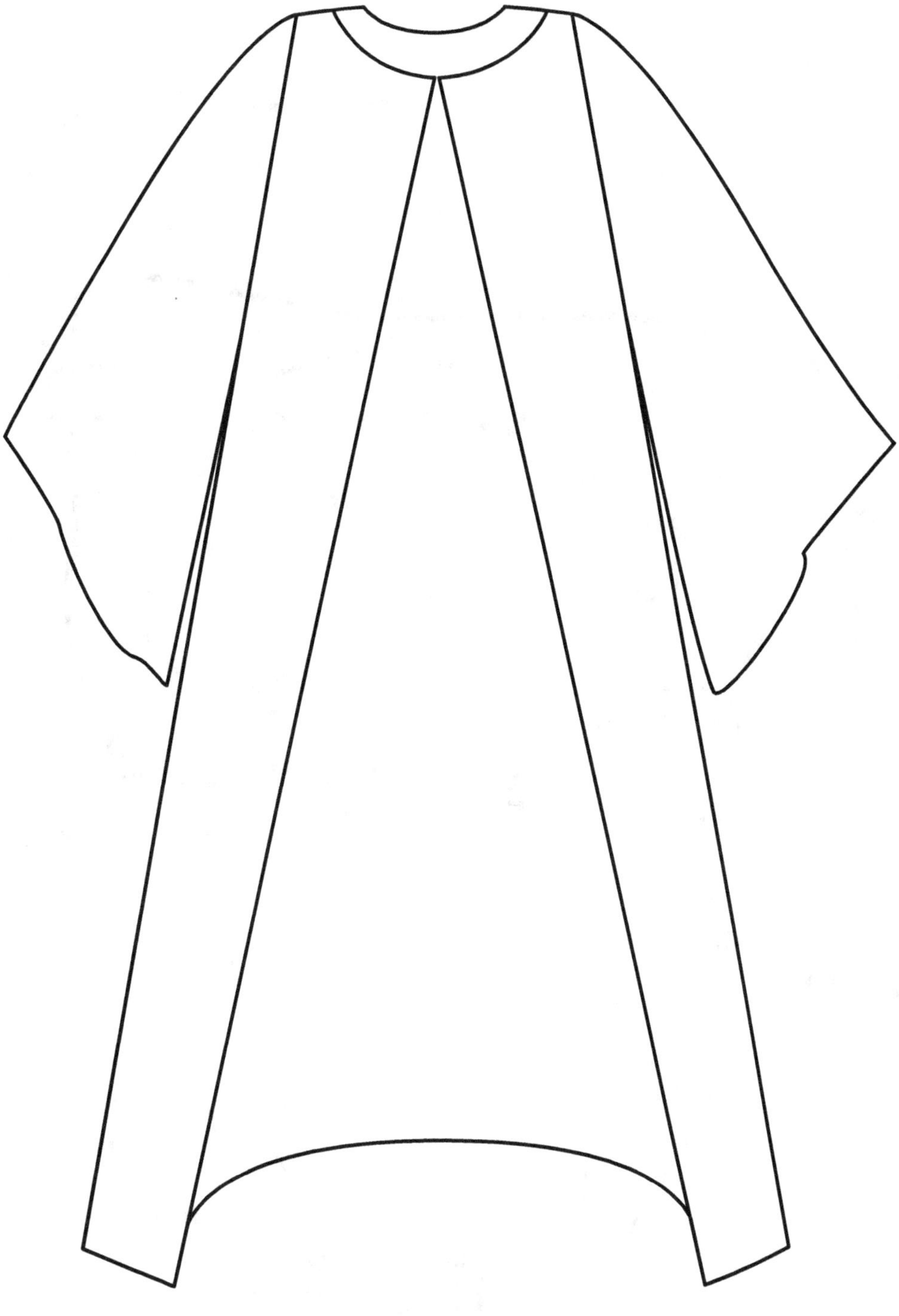

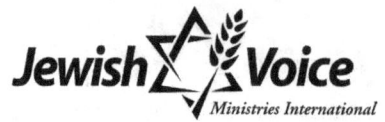

መርዶክዮስ

የመርዶክዮስን ምስል ለማየት ነጥቦቹን ያገናኙ። ስዕሉን ቀለም.

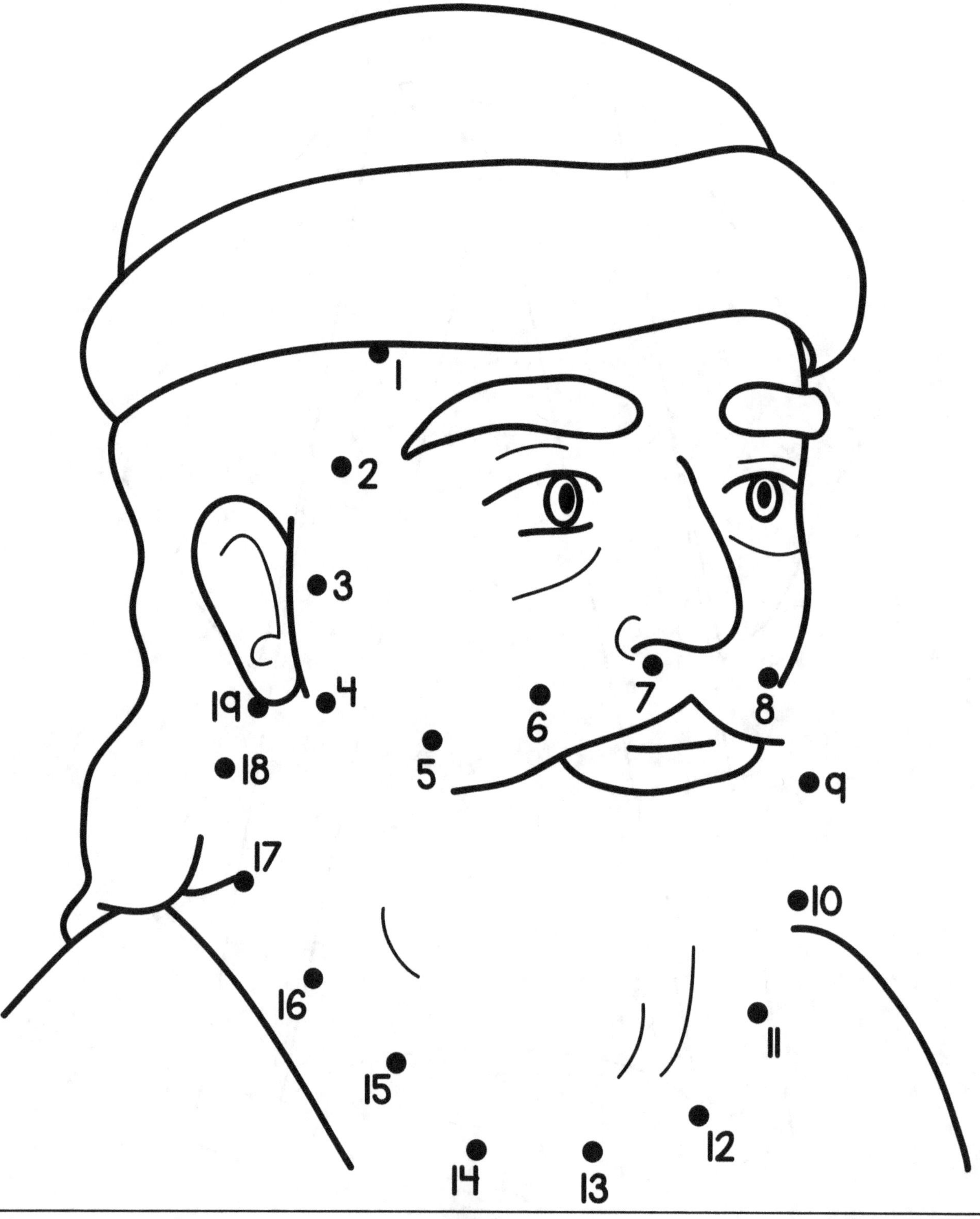

<<ንጉሡ ሊያከብረው ለሚወደው ሰው ይህ ተደርጎለታል!>>

(መጽሐፈ አስቴር 6፥11)

Jewish Voice Ministries International

ቃሉ ምን ይላል?

መጽሐፈ አስቴር 6፥6-14 አንብቡ። ከታች ያሉትን ባዶ ቦታዎች ሙሉ።

<< ሐማ፣ «................................ ከእኔ ይልቅ የሚያከብረው ማን አለ?» ሲል በልቡ አሰበ። ስለዚህ ለንጉሡ እንዲህ ሲል መለሰ፤ «ንጉሡ ሊያከብረው ለወደደው ሰው ንጉሡ የሚጐናጸፈው .... ንጉሡም የሚቀመጥበትና የንጉሡን ዘውድ በራሱ ላይ ያደረገ ፈረስ ይምጣለት። ከዚያም ልብሱና .... እጅግ ከከበሩት ከንጉሡ ልዑላን መሳፍንት በአንዱ እጅ ይሰጥለት። ንጉሡ ሊያከብረው የወደደውን ሰው ያልብሱት፤ በፈረስም ላይ አስቀምጠውም በከተማዩቱ .... ላይ እየመሩ፣ «ንጉሡ ሊያከብረው ለሚወደው ሰው ይህ ተደርጐለታል ይበሉ» ንጉሡም ሐማን፣ "በል ፈጥነህ ሂድ፤ ልብሱንና ፈረሱን ውሰድ በንጉሡ በር ላይ ለሚቀመጠው ለአይሁዳዊው................................ ልክ እንዳልኸው አድርግለት፤ ከተናገርኸውም አንዳች ነገር እንዳይጐድል» ሲል አዘዘው። ስለዚህ ሐማ ልብሱንና ፈረሱን ወስዶ መርዶክዮስን አለበሰው፣ በዋና ዋና መንገዶች ላይ እየመራው፣ «ንጉሥ ሊያከብረው ለሚወደው ሰው ይህ ተደርጐለታል» እያለ በፊቱ ያውጅ ነበር። ከዚያም በኋላ መርዶክዮስ ወደ ንጉሡ በር ተመለሰ፤ ሐማ ግን አዝኖና .... ተከናንቦ በጥድፊያ ወደ ቤቱ ሄደ። የደረሰበትንም ሁሉ ለሚስቱ ....ለወዳጆቹነገራቸው።አማካሪዎቹናሚስቱዘሳራም፣"በፊቱመውደቅ የጀመርህለት መርዶክዮስ ዘሩ .... ወገን ከሆነ፣ ልትቋቋመው አትችልም፤ ያለ ጥርጥር ትጠፋለህ» አሉት። >>

ሐማ
ንጉሥ
ልብሰ መንግሥት
ፈረስ
ልብስ

መርዶክዮስ
ዘሳራ
ዕብራዊ
ዋና ዋና መንገዶች
ራሱን

ይህን ሳሉ፤ ጻፉ

ጥናት አድርጋችሁ ስለ ጥንት ፋርስ ቤተ-መንግሥት ሕይወት አጭር ነገር ጻፉ።
የሱሳን ቤተ-መንግሥት ሳሉ።

....

....

....

የወርቅ ዘንግ

ቤተ-መንግሥት

ንጉሥ

ሰሌዳ/ጽላት

ሐማ

መጽሐፈ አስቴር 3-7 አንብቡ። ከታች ላሉት ጥያቄዎች መልስ ስጡ፦

1. የሐማ አባት ስም ማነው?
2. ንጉሡ በር ላይ ለሐማ ወድቆ መስገድ ያልፈለገው ማን ነው?
3. ሐማ ምን ያህል መክሊት ነበር ለንጉሡ መክፈል የፈለገው?
4. ንጉሡ ዕብራውያንን ለማጥፋት የተስማማው በየትኛው ወር ነበር?
5. ሐማን ወደ ግብዣ የጠራው ማን ነው?
6. የሐማ ሚስት ማን ናት?
7. መርዶክዮስን ለመግደል ሐማ ያደረገው ምን ነበር?
8. መርዶክዮስን ለማክበር ንጉሡ በሐማ እንዴት ነበር የተጠቀመው?
9. ዕብራውያንን ለማጥፋት ሐማ ያደረገውን ሴራ ለንጉሡ የነገረው ማን ነው?
10. ሐማ እንዴት ነበር የሞተው?

ሐማ

ከመጽሐፍ ቅዱስ ውስጥ መጽሐፈ አስቴር 3፥1-7፥10 አንብቡ። ስለ ሐማ የተረዳችሁት ምንድነው? እርሱን ለመግለጥ ጥቂት ነገር ጻፉ። በዚህ ገጽ ሥር ያለውን ስዕል ከለር ለመቀባት ምናባዊ ሐሳባችሁን ተጠቀሙ።

....

....

....

....

....

....

Jewish Voice Ministries International

የሱሳ ከተማ

የፋርስ ዘመን

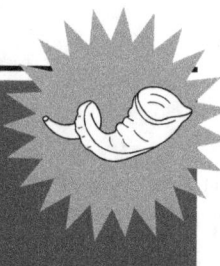

የፋርስ መንግሥት

የመጽሐፍ ቅዱስ ታሪክ ሕትመት

ሐማ ግንድ ይሠራል

....

....

....

....

....

....

የሚሸጡ ፈረሶች

ንጉሥ መርዶክዮስን አከበረው!

....

....

....

....

የጥንት ፋርስ

ይህ ጽሑፍ በጥንት ፋርስ ዘመን ቤቶች ምን ይመስሉ እንደነበር ይነግረናል። እያነበባችሁ ሳለ የፋርስን የዕለት ተዕለት ሕይወት አስቡ። ስለ ፋርስ ቤቶች የበለጠ ለማወቅ ኢንተርኔት ወይም ኢንሳይክሎፔዲያ ተጠቀሙ።

የፋርስ ቤቶች

መካከለኛ የፋርስ ቤት ምድር ቤቱ ላይ ጥቂት ክፍሎች ያሉት ባለ አንድ ፎቅ አነስተኛ የጭቃ ቤት ነው። ይሁን እንጂ፣ የሀብታም ፋርስ ሰዎች ቤት ብዙውን ጊዜ ባለ ሁለት ፎቅ ሲሆን፣ እስከ አስራ ሁለት ክፍሎች ይኖሩታል። ከውስጥም ሆነ ከውጭ ነጭ ኖራ ይቀባ ነበር። ምድር ቤቱ የእንግዳ መቀበያ፣ ወጥ ቤት፣ ሽንትቤት፣ የአገልጋዮች ክፍሎች፣ አንዳንዴም የግል የጸሎት ቤት የያዘ ነበር። የቤት ውስጥ ዕቃዎች ዝቅ ያሉ ጠረጴዛዎች፣ ባለ መደገፊያ ወንበሮች፣ አልጋዎችና የእንጨት ሥራዎችን ያካተተ ነበር። የወጥ ቤት ዕቃዎች ከሸክላ፣ ከድንጋይ፣ ከነሐስ፣ ከቅርጫት የተሠሩ ነበሩ፤ ከቀርቀሃ እና ከእንጨት የተሠሩ ሳጥኖችም ነበሩት። ወለሉና ግድግዳዎቹ በቀርቀሃ፣ ከቆዳ በተሠሩ ምንጣፎች ያጌጡ ነበር፣ ግድግዳ ላይ የሚሰቀሉ የእንጨት ጌጣጌጦችም ነበሩ። ከቤቱ በታች ብዙውን ጊዜ የቤተሰብ አባሎች የሚቀበሩበት ጌጠኛ መቃብሮች ይኖራሉ። የፋርስ ሰዎች የሞቱ ሰዎች ነፍስ ወደ ሌላ ዓለም እንደምትሄድና እንደ ምድር ሁሉ እዚያ መኖር እንደምትቀጥል ያምናሉ። በዚህም ምክንያት ከእያንዳንዱ ቤተሰብ ጋር ማሰሮዎች፣ የቤት ውስጥ ዕቃዎች፣ የጦር መሣሪያዎችና ጌጣጌጦች አብረው ይቀብሩ ነበር።

እንሳል

የፋርስ ሀብታም ቤተሰብ ስዕል ሳሉ።

ትምህርት 5

የትምህርቱ ዕቅድ

አስቴር ሕዝቧን አዳነች

አስተማሪው :- ___________________________

የዛሬው የመጽሐፍ ቅዱስ ምንባብ፦ መጽሐፈ አስቴር 5፥7-8፣ 7፥1-10፥3

የእንኳን መጣችሁ ጸሎት፦

ትምህርቱን ከመጀመርህ በፊት ከልጆቹ ጋር አጭር ጸሎት አድርግ።

የትምህርቱ ግቦች፦

በዚህ ትምህርት ልጆቹ፦

1. ንጉሡ የሐማን ክፉ ዕቅድ እንዴት እንዳወቀ
2. አስቴር ሕዝቧን እንዴት እንዳዳነች ይማራሉ።

ይህን ታውቃላችሁ?

ፉሪም አስቴር ዕብራውያንን ከመጥፋት ያዳነችበትን ቀን ለማስታወስ የሚደረገው በዓል ስም ነው።

የመጽሐፍ ቅዱስ ትምህርት ዳሰሳ፦

አስቴር ሐማንና ንጉሡን ባዘጋጀችው ሌላ ድግስ ላይ እንዲገኙ ጋበዘች። ንጉሡ አስቴር፣ “የምትፈልጊው ምንድነው?” በማለት ጠየቃት። አስቴርም፣ “እባክህ ሕዝቤን አድን፤ ሐማ ዕብራውያንን ለማጥፋት እየፈለገ ነው” አለችው። ንጉሡ በጣም ተቈጣ! ሐማ እንዲሰቀል አዘዘ። በኋላም ዕብራውያን ራሳቸውን ከጠላቶቻቸው እንዲከላከሉ ንጉሡ አዲስ ሕግ አወጣ። እንዲጠፉ በተፈለገበት ቀን፣ ዕብራውያን ከአጥቂዎቻቸው ራሳቸውን ተከላከሉ። ዕብራውያንን ለማጥፋት ሐማ ያቀደውን ለመሻር እግዚአብሔር በአስቴር ተጠቀመ።

ትምህርቱን እንከልስ፡-

ለተማሪዎቹ ጥያቄዎች፡-

1. ግብዣው ላይ አስቴር ለንጉሡ የነገረችው ምንድነው?
2. ንጉሡ ሐማን እንዴት ነበር የቀጣው?
3. ንጉሡ መርዶክዮስን እንዴት ነበር የሸለመው?
4. ንጉሡ ዕብራውያንን ከመጥፋት ያዳነው እንዴት ነው?
5. ዕብራውያን በጠላቶቻቸው ላይ ያገኙት ድል የሚከበርበት በዓል ምንድነው?

የእግዚአብሔርን ቃል እንዲያስታውሱ ልጆችን ለመርዳት በቃል የሚያዝ ጥቅስ፡-

«በየመንደሩ የሚኖሩ የገጠር አይሁድ፣ የአዳርን ወር አሥራ አራተኛ ቀን የተድላና የደስታ… በዓል አደረጉ።» (መጽሐፈ አስቴር 9፥19)

የሚደረጉ ነገሮች፡-

የሚሠራ፦ ግብዣው
መልስ መስጠት፤ ከለር መቀባት፦ ግብዣው
አጭር የመጽሐፍ ቅዱስ ጥያቄ፦ አስቴር ሕዝቧን አዳነች
ከለር መቀባት፦ መጽሐፈ አስቴር 8፥10-12
መሥሪያ ገጽ፦ የፉሪም በዓል ግብዣ
የሚሠራ፦ የአስቴር ታሪክ
መሥሪያ ገጽ፦ ስማችሁን በኩኒፎርም ጻፉ
ጥናታዊ ገጽ፦ ፉሪም
የምግብ ዝግጅት፦ ሐማንታሺን እንጋግር!
ከለር መቀባት፦ ፉሪም
መሥሪያ ገጽ፦ ፉሪም
የራሳችሁን የአስቴር ታሪክ ጻፉ
የሚሠራ፦ የራሳችሁን ትንሽ መጽሐፍ ሥሩ

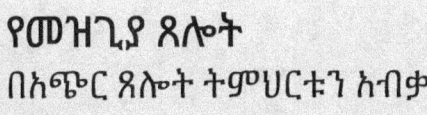

የመዝጊያ ጸሎት

በአጭር ጸሎት ትምህርቱን አብቃ።

ግብዣው

መጽሐፈ አስቴር 7:3-6ን አንብብ። ባዶ ቦታዎችን ይሙሉ. ስዕሉን ቀለም ቀቡ።

<< «ንግሥት .... “ንጉሥ ሆይ በፊትህ ሞገስ አግኝቼ ከሆነና ደስ የሚያሰኝህ ከሆነ ሕይወቴን ታደጋት። .... አትርፍ። ከአንተ የምጠይቀው ይህን ነው። ምክንያቱም እኔና ሕዝቤ ለመጥፋትና ለመገደል ለመደምሰስም ....። .... ለመሆን የተሸጥን ቢሆን ኖሮ ዝም ባልሁ ነበር፤ እንዲህ ያለው................................ንጉሡን ለማስቸገር የሚያበቃ አይደለም።” ብላ መለሰች። ከዚያም ንጉሥ ....ይህን ያደረገ ማነው? ሕዝብሽ ላይ ይህን ለማ ድረግ................................ማን ነው?» ሲል ጠየቃት። አስቴርም፥ «ያ ባለጋራና ጠላታችን .... ሐማ ነው አለች።» >>

አስቴር	ችግር
ሕዝቤን	አርጤክስስ
ተሸጠናል	ክፉው
ባሪያዎች	የደፈረው

Jewish Voice Ministries International

አስቴር ሕዝቧን አዳነች

መጽሐፈ አስቴር 4-9 አንብቡ፡፡ ከታች ላሉት ጥያቄዎች መልስ ስጡ፡፡

1. በዚህ ጊዜ የፋርስ ንጉሥ ማን ነበር?
2. ሐማ መስቀያዎቹን ያዘጋጀው ለማን ነበር?
3. ወደ ንጉሡ ከመምጣትዋ በፊት መርዶክዮስና ዕብራውያን ምን እንዲያደርጉ ነበር አስቴር የነገረቻቸው?
4. ሳትጠራ አስቴር ወደ እርሱ ስትመጣ ንጉሡ ምን ነበር ያደረገላት?
5. አስቴር ወደ ግብዣ የጠራቻቸው እነማንን ነበር?
6. በአገሩ የነበሩ ዕብራውያን ሁሉ እንዲገደሉ የፈለገው ማን ነበር?
7. ንጉሡ ዕብራውያን እንዳይገደሉ ያደረገው እንዴት ነው?
8. ንጉሡ መልእክተኞች የላከው ለስንት አውራጃ ነበር?
9. ራሳቸውን ለማዳን ዕብራውያን ምን እንዲያደርጉ ነበር ንጉሡ የፈቀደላቸው?
10. የአስቴር ጉብዝና የሚከበርበት በዓል የትኛው ነው?

Jewish Voice Ministries International

«አይሁድ ራሳቸውን ከጥቃት እንዲከላከሉ... ንጉሡ በፈጣን ፈረሶች የሚጋልቡ መልክተኞች ላከ።»

(መጽሐፈ አስቴር 8:10-11)

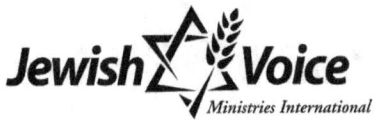

ወደ ፉሪም በዓል መጋበዝ

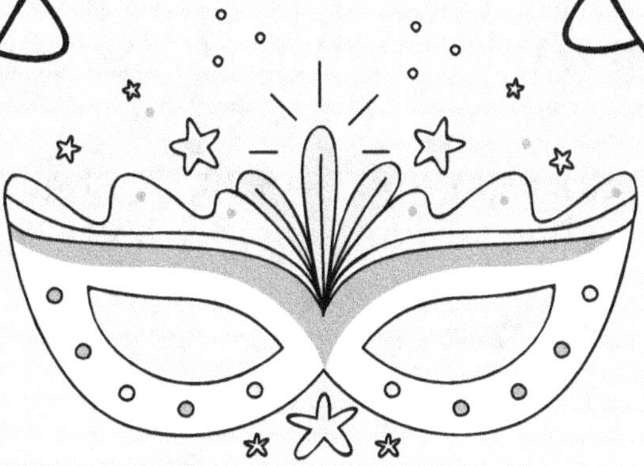

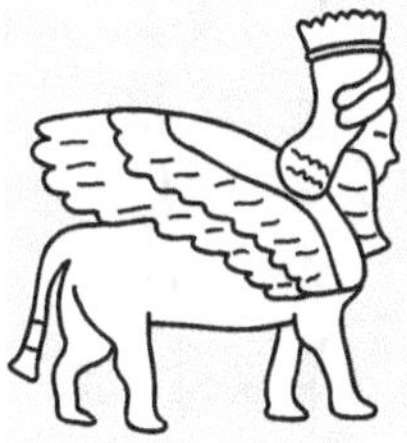

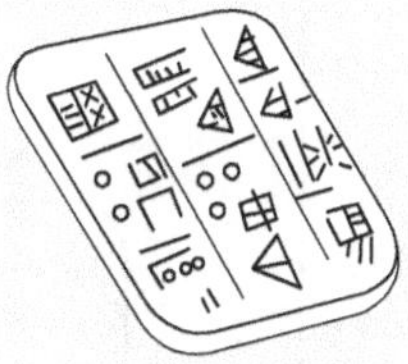

ቀን ....

ጊዜ ....

ቦታ ....

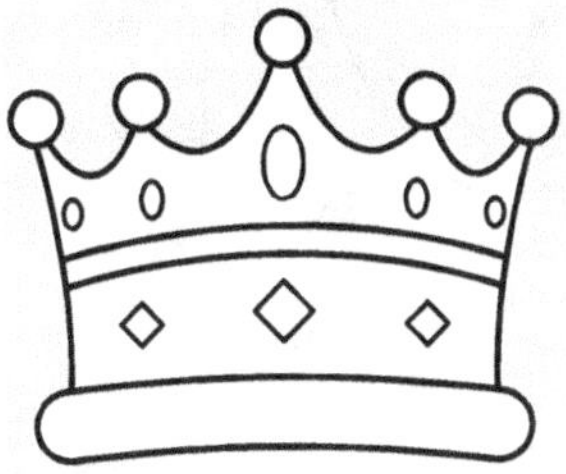

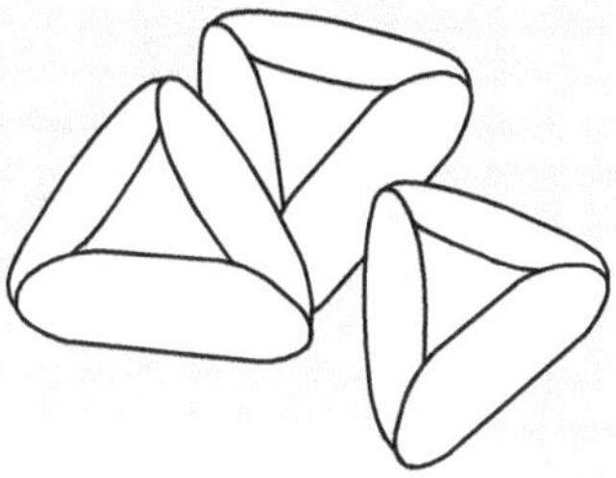

መልእክት

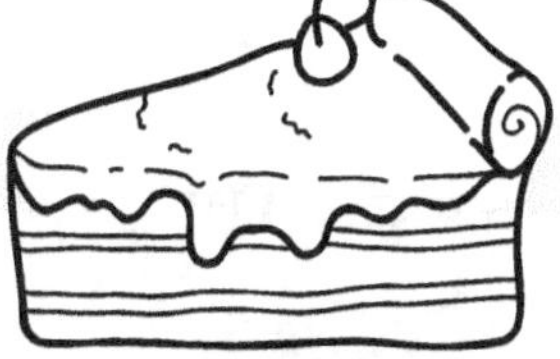

የአስቴር ታሪክ

መጽሐፈ አስቴር 1፥1-9 32 አንብቡ። እያንዳንዱን ቃል ገጹ ግርጌ ካለው ትክክለኛ ስዕል ጋር አዛምዱ። እያንዳንዱ ስዕል ከአስቴር ታሪክ ጋር እንዴት እንደሚያያዝ ተነጋገሩ።

ፈረስ	የወርቅ ዘንግ	ዘውድ
ድግስ/ግብዣ	ፉሪም	ከርቤ

ስማችሁን በኩኒፎርም ጻፉ

ኩኒፎርም በሜሶፖታሚያ የተገኘ ጥንታዊ አጻጻፍ ነው። አስቴርና መርዶክዮስ በነበሩ ዘመን ሰዎች በዚህ ነበር የሚጻጻፉት።

A
B
C
D
E
F
G
H
I
J
K
L
M
N
O
P
Q
R
S
T
U
V
W
X
Y
Z

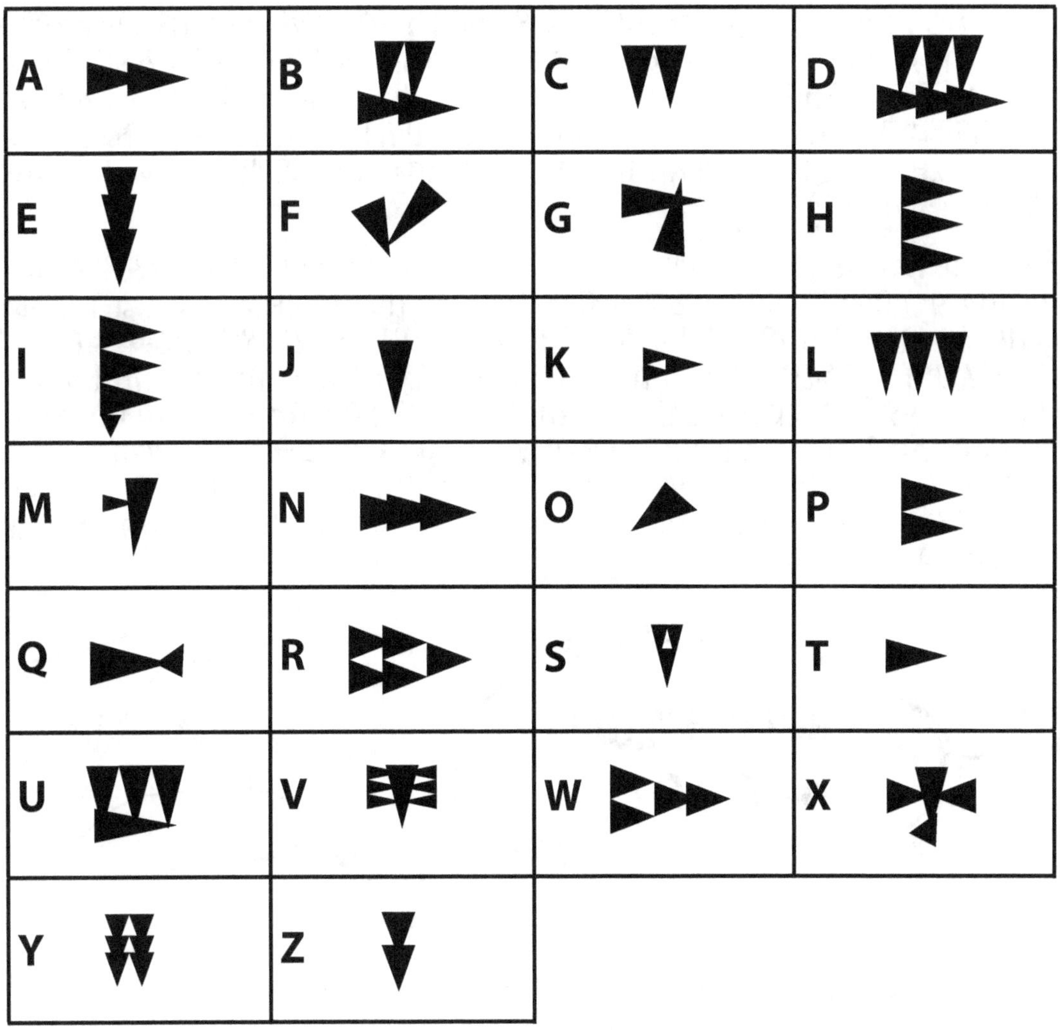

ስማችሁን በኩኒፎርም ጻፉ፦

ፉሪም

ፉሪም ዕብራውያን በፋርስ ከአጋጋዊው ሐማ እጅ የዳኑበትን ቀን ለማስታወስ በየዓመቱ የሚከበር በዓል ነው። ራሳቸውን ከጥቃት እንዲከላከሉ የወጣውን አዲስ ሕግ በመከተል በአዳር 13ኛው ቀን አይሁድ ከጠላቶቻቸው ብዙዎቹን ገደሉ። በአዳር ወር 14ኛ ቀን አረፉ፤ ተድላና ደስታን አደረጉ። ከጥፋት መዳናቸውን ለማስታወስ አይሁድ የፉሪም በዓል ለሁለት ቀናት እንዲከበር አደረጉ፤ ይህ በዓል ብዙውን ጊዜ መጋቢት አጋማሽ አካባቢ ነው የሚውለው። በዓሉ የሚጀምረው ሐማ የአይሁድን ሕዝብ ለማጥፋት ባሰበበት ቀን ነው።

በጥንት ፋርስ ቋንቋ፣ ፉሪም “ዕጣ” ማለት ነው። ሐማ ክፉ ዕቅዱን መቼ እንደሚፈጽም ለመወሰን ዕጣ ያወጣበት ቀን በመሆኑ በዓሉ ፉሪም ተብሎ ይጠራል። በምሥራቃውያን ባሕል ፑ-ሪሪም ይባላል። በምዕራብውያን ዘንድ ግን ፑህ-ሪም ተብሎ ነው ብዙውን ጊዜ የሚጠራው። በዚህ ጊዜ ልጆች ፍራፍሬዎችና ጣፋጮችን የመሳሰሉ ምግቦች ለወዳጆቻቸው ይልካሉ። በባሕሉ መሠረት ሐማንታሺን (የሐማ ኪስ) ወይም ኦዚኒ ሐማ (የሐማ ጆሮዎች) በመባል የሚታወስ ባለ ሦስት ቅርጽ ቂጣ ይበላል። ችግር ላይ ላሉ ሰዎች ወይም ለግብረ-ሠናይ ድርጅት ገንዘብ መስጠትን የመሰለ መልካም ተግባርን በዚህ በዓል ቀናት ማድረግ ይበረታታል። ብዙውን ጊዜ ቤተሰቦች ግብዣውን የሚያደርጉት በፉሪም ቀን ከሰዓት በኋላ ሲሆን፣ መዝሙር ይዘመራል፤ የፉሪም ታሪክ ይነገራል፣ የተድላና የደስታ ቀን ይሆናል።

ሐማንታሺውን ከለር ቀቡ!

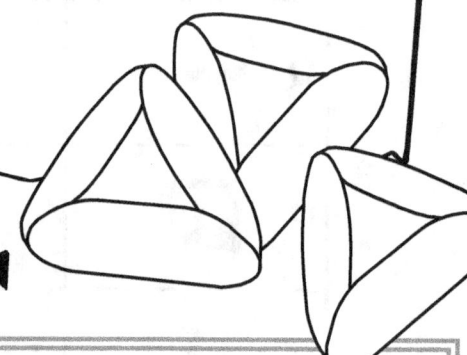

መጽሐፈ አስቴር 3፥1-11 አንብቡ። ሐማ ዕብራውያንን ለማጥፋት የፈለገው ለምንድነው?

....

ሰዎች የፉሪም በዓልን የሚያከብሩት ለምንድነው?

....

ሐማንታሺን እንጋግር!

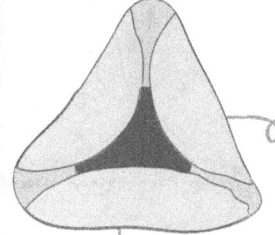

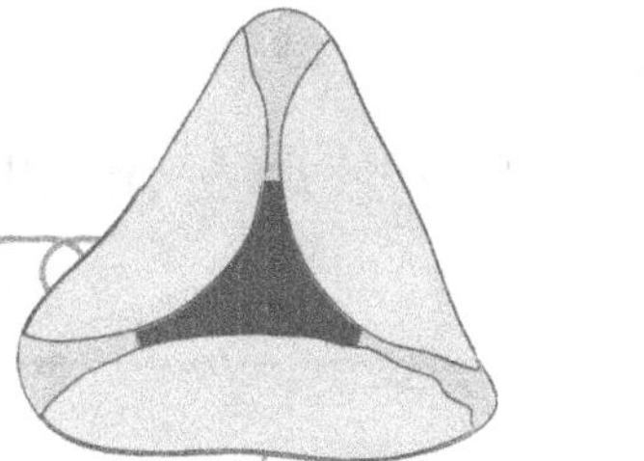

የሚያስፈልጉ ነገሮች፦

4እንቁላል
1ስኒ ዘይት
11/4 ስኒ ስኳር
2 የሻይ ማንኪያ ቫኒላ
3 የሻይ ማንኪያ መጋገሪያ
5 1/2 ስኒ ዱቄት
አፕሪኮት፣ ቼሪ፣ ፕለም ወይም እንጆሪ ወይም ፓፒ ሲድ ፍሊንግ

አሠራሩ

አስቀድሞ ምድጃውን እስከ 350 ዲግሪ ፋራናይት ማሞቅ
ዕንቁላል፣ ዘይት፣ ስኳርና ቫኔላ መደባለቅ
ጥቂት መጋገሪያና ዱቄት መጨመር እስኪለሰልስ ድረስ ማቡካት
በጣም ስስ እስኪሆን ዱቄት በተነሰነሰበት መዳመጫ መዳመጥ (1/8 ኢንች)
ከዚያ በብርጭቆ ቅርጽ ማውጣት።
እያንዳንዱ ክብ መሐል አንድ የሻይ ማንኪያ ማጣፈጫ ማድረግ።
ማጣፈጫው ውስጥ ሆኖ ሦስት ቦታ ማጠፍ - ማጣፈቻው መሐል ላይ
መኖሩን አረጋግጡ።
ለ15 ደቂቃ በ350 ዲግሪ መጋገር።

ፉሪም

መጽሐፈ አስቴር 9፡26-27 አንብቡና ከታች ጥቅሱን ጻፉ።

1. ዕብራውያንን ማጥፋት የፈለገው ማን ነው?

2. ፉሪምን እንዲያከብሩ ለዕብራውያን መልእክት የላከው ማን ነው?

3. ይህ በዓል ፉሪም የተባለው ለምንድነው? (መጽሐፈ አስቴር 9፡26)

ከዚህ ታሪክ ደስ ያላችሁን ሁኔታ ሳሉ።

የፉሪም በዓል የሚያስተምረኝ ምንድነው?	እግዚአብሔር መርዶክዮስና አስቴርን ለ… ተጠቀመባቸው።

ፉሪም

ፉሪም ፊልም ቢሆን ኖሮ የፊልሙ ማስታወቂያ ... የሚል ይሆን ነበር።

አስቴርን በጥቂት ቃላት ግለጡ።

በፉሪም ቀን ... መብላት እወዳለሁ።

የራሳችሁን ሐማንታሺን ቅርጽ አውጡ!

የራሳችሁን የአስቴር ታሪክ ጻፉ

መጽሐፈ አስቴር 1፥1-10፥3 አንብቡ። በእያንዳንዱ ስዕል አጠገብ በራሳችሁ ቃላት የአስቴርን ታሪክ ጻፉ። ስዕሎቹን ከለር ቀቡ።

....

....

....

....

....

....

....

....

....

....

....

....

....

....

....

....

....

....

....

....

....

....

....

....

....

....

....

....

....

....

....

....

....

....

....

....

....

....

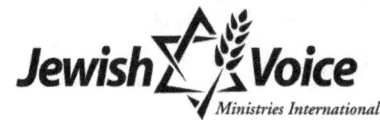

Jewish Voice Ministries International

የእጅ ሥራዎችና ፕሮጀክቶች

የወረቀት ዘውድ/አክሊል መሥራት

የሚያስፈልጉ ነገሮች፦

1. ጠንከር ያለ ካርድ ወረቀት
2. ቀለም፣ ደማቅ ብዕር ወይም ከለር
3. መቀስ (ለትልልቆች ብቻ)
4. ጥሩ አቅም ያለው ሙጫ ወይም የወረቀት ማጣበቂያ

መመሪያዎች፡-

1. ዘውዱን/አክሊሉን እና ባለ አራት ማዕዘኖች ቁርጥራጮች (በሚቀጥለው ገጽ ላይ) ጠንካራ የወረቀት ካርድ ላይ ለጥፉ። ልጆቹ ዘውዳቸውን/አክሊላቸውን እንዲያስጌጡ ንገሯቸው።
2. ልጆቹን ዘውዳቸውን/አክሊላቸውን አስጊጠው ከጨረሱ በኋላ፣ ዘውዱንና ረጃጅም አራት ማእዘን ቁርጥራጮቹን ቀዳቹሁ አውጡ። ረጃጅሞቹን ቁርጥራጮች ዘውዱ ጐን ላይ በሙጫ አያይዙ።
3. የልጆቹን ራስ በመለካት ዘውዱን አጣብቁ። ይህን ለማድረግ ግሉ ወይም የወረቀት ፕላስተር ተጠቀሙ።

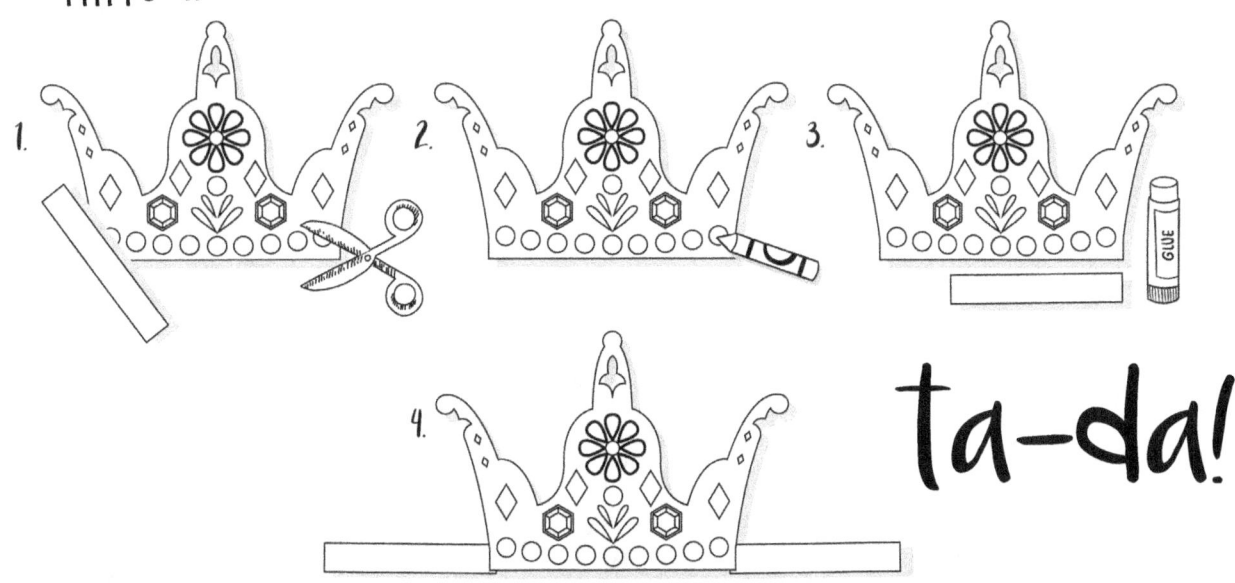

ta-da!

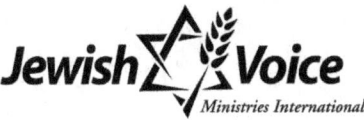

Jewish Voice Ministries International

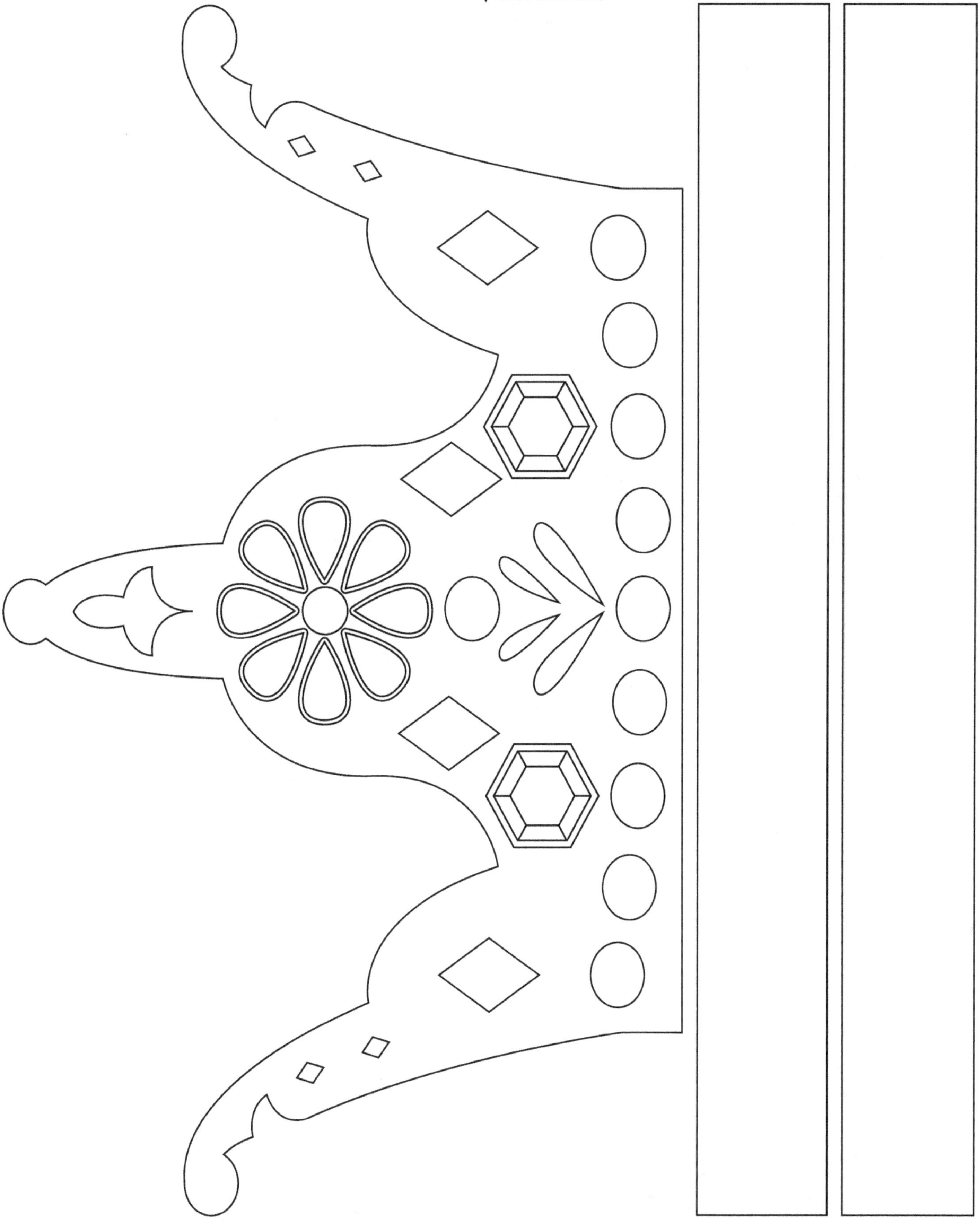

ይህን ያለው ማን ነው?

መጽሐፈ አስቴር 3፥1-7፥10 አንብቡ። እያንዳንዱን የመጽሐፍ ቅዱስ ገጸ-ባሕርይ ከለር ቀቡ፤ ቀዳቸሁ አውጡ። ጥቅሱን ከተናገረው ሰው ጋር አዛምዱ።

1\.

«...በፊትህ ሞገስ
አግኝቼ ከሆነ
ሕይወቴን ታደጋት
ሕዝቤን አትርፍ»
- መጽሐፈ አስቴር 7፥3

2\.

«ደግሞስ አንቺ
ንግሥት ለመሆን
የበቃሽው ለዚህ
ጊዜ እንደሆነ ማን
ያውቃል»
- መጽሐፈ አስቴር
4፥14

3\.

«በመንግሥትህ ውስጥ
ከሌሎቸ ሕዝቦቸ የተለየ
ልማድ ያለው አንድ
ሕዝብ አለ»
- መጽሐፈ አስቴር 3፥8

4\.

«ንግሥት አስቴር
ሆይ፣ የምትፈልጊው
ምንድነው? እስከ
መንግሥቴ እኩሌታ
እንኳ ቢሆን
ይሰጥሻል»
- መጽሐፈ አስቴር 5፥3

አስቴር

ሐማ

ንጉሥ አርጤክስስ

መርዶክዮስ

እኔ ማን ነኝ?

ከታች ያለውንና በሚቀጥለው ገጽ ያሉትን አንቀጾች አንብቡ። ሰዎቹን ከለር ቀቡ፤ ቀድዳችሁ አውጡ።
እያንዳንዱን ስዕል በትክክለኛው አንቀጽ ላይ ለጥፉ።

1. የፋርስ ንግሥት። በቤተ-መንግሥቱ ግብዣ ጊዜ ባሌን ለማግኘት ወደዚያ መሄድ አልፈለግሁም። ከዚያ እስከወዲያኛው አሰናበተኝ።

2. የፋርስ ንጉሥ። በሱሳ በነበረው ቤተ-መንግሥቴ ስድስት ወር የቆየ ግብዣ አደረግሁ። በኋላም አስቴርን አገባሁ፤ በፈረስ ተቀምጦ ከተማውን ሁሉ እንዲዞር በማድረግ መርዶክዮስን አከበርሁት። ዕብራውያንን ለማጥፋት ከሐማ ጋር ተስማማሁ፤ በኋላ ግን ሐሳቤን በመለወጥ እንዳይጠፉ አደረግሁ።

3. የብንያም ነገድ ዕብራዊ። የፋርስ ንጉሥ ጋር እንድትገናኝ የአጐቴን ልጅ ወደ ቤተ-መንግሥት ወሰድሁ። በኋላም እርሱን ለመግደል የተደረገውን ሴራ በማጋለጥ የንጉሡን ሕይወት አዳንሁ። በፋርስ መንግሥት ትልቅ ባለሥልጣን ሆንሁ፤ ዕብራውያን እንዳይጠፉ ረዳሁ።

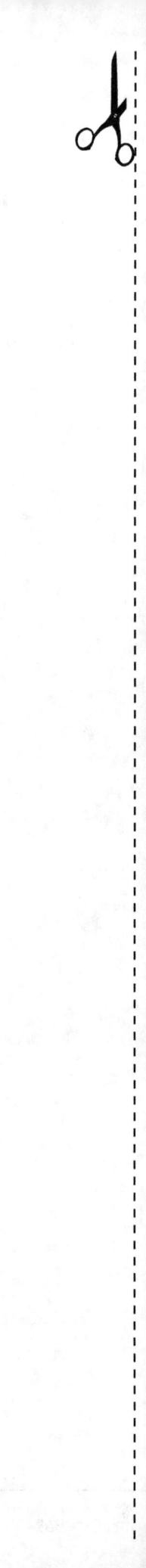

Jewish Voice Ministries International

እኔ ማን ነኝ?

4. የፋርስ ንጉሥን አገባሁ። ዕብራውያንን ለማዳን ጾምሁ፤ ሳልጠራ ወደ ንጉሡ ገባሁ። ለንጉሡና ለሐማ ሁለት ግብዣዎች አደረግሁ፤ ዕብራውያንን ከመጥፋት አዳንሁ።

5. ትልቅ የንጉሡ ባለሥልጣን። አጋጋዊ ነኝ። መርዶክዮስን ለመግደል ሞከርሁ፤ ዕቅዴ ግን አልተሳካም። በኋላም ዕብራውያንን ለማጥፋት ሞከርሁ፤ አስቴር ዕቅዴን ለንጉሡ ስለተናገረች ተሰቅዬ ተገደልሁ።

አስቴር

ሐማ

ንጉሥ

መርዶክዮስ

አስጢን

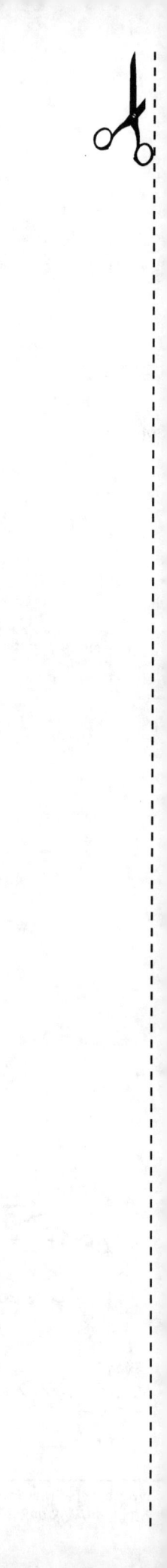

ግብዣው

አስቴር ሁለት ሰዎችን ወደ ድግሱ ጋበዘች። እነማን ነበሩ? ሰዎቹን ከለር ቀቡ፤ ቀድዳችሁ አውጡ። ጠረጴዛው አካባቢ አስቀምጡ።

አስቴር

ሐማ

ንጉሥ

የራሳችሁን ትንሽ የአስቴር መጽሐፍ አዘጋጁ

የሚያስፈልጋችሁ ነገር፦

1. 8" x 10" የሆነ ፋይል መያዣ
2. ትንሿ የአስቴር መጽሐፍ (በሚቀጥሉት ገጾች ተመልከቱ)
3. ቀለም፣ ደማቅ ብዕር ወይም ከለር
4. መቀስ
5. ጥሩ የማጣበቅ አቅም ያለው ሙጫ ወይም ፕላስተር

መመሪያዎች:-

1. 8" x 10" ፋይል መያዣ ተጠቀሙ፤ ፋይል መያዣውን ዘርጉት።
2. የፋይል መያዣውን በቀኝ በኩል ያለውን መሃሉን አግኙ፤ በቁመቱ በቀኝ በኩል እጠፉት።
3. የፋይል መያዣውን በቀኝ በኩል ያለውን መሃሉን አግኙ፤ በቁመቱ በቀኝ በኩል እጠፉት። ሁለቱም መካከል ላይ ይገናኙ።
4. አስቴር ትንሽ መጽሐፍ ቅጂዎች አዘጋጁ። ልጆቹ ከለር እንዲቀቡ መጽሐፎቹን ቀድደው እንዲያወጡ ንገሯቸው። ልጆቹ ትንንሽቹን ቅጂዎች በራሳቸው ትንሽ መጽሐፍ ላይ ይለጥፉ

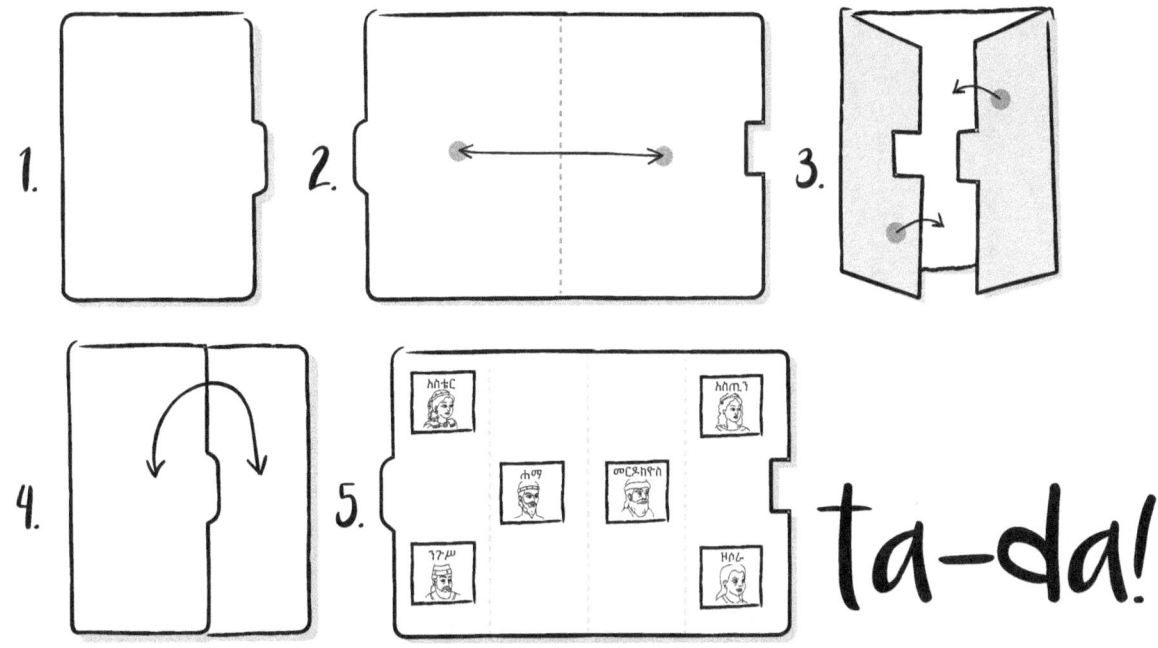

ta-da!

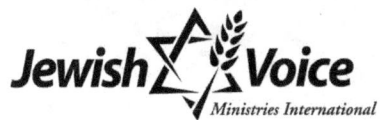

Jewish Voice Ministries International

	አስቴር
	ሐማ
	ንጉሥ

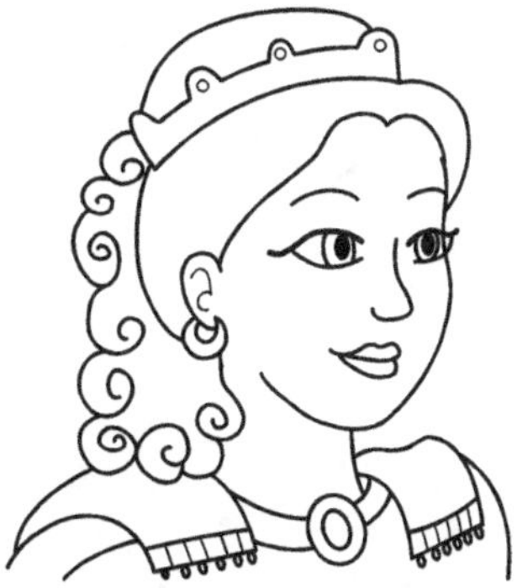

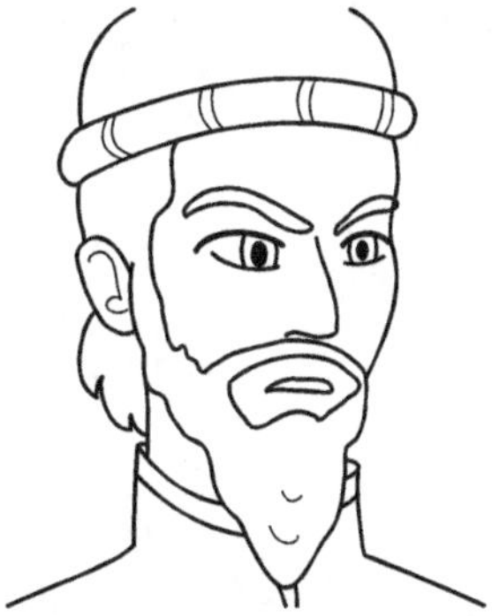

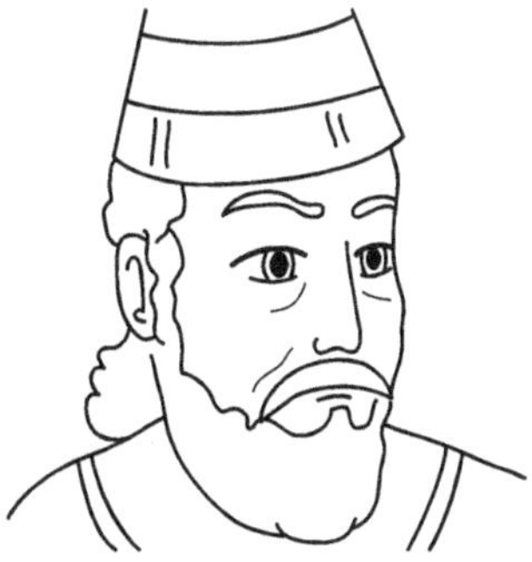

	መርዶክዮስ 
	አስጢን 
	ዘሶራ

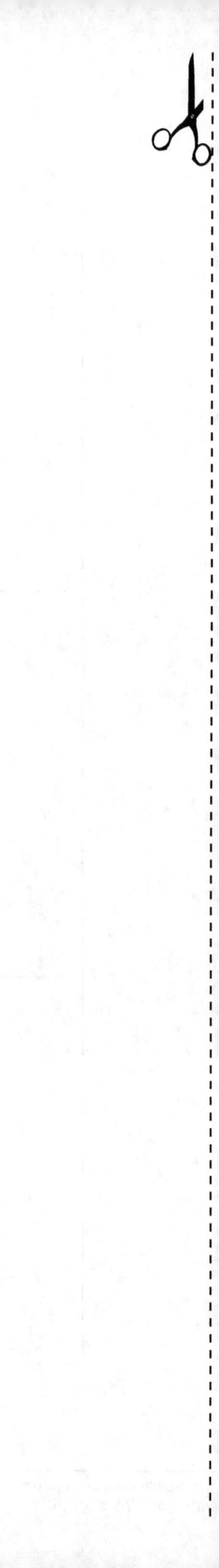

መልሶቹ

ትምህርት አንድ፦ የቤተ-መንግሥቱ ግብዣ/ ድግስ
እንከልስ፦
1. ንጉሥ በነገሠ ሦስተኛ ዓመት
2. ሁለት ግብዣዎች (ድግሶች)
3. ወደ ንጉሡ መጥታ ልታገኘው ስላልፈለገች
4. ሀዳሳ
5. መርዶክዮስ

አጭር የመጽሐፍ ቅዱስ ጥያቄ፦ ንጉሥ አርጤክስስ
1. የፋርስ መንግሥት
2. ንግሥት አስጢን
3. በነገሠ በሦስተኛው ዓመት
4. መጥታ እርሱን ለማግኘት ትእዛዙን አልተቀበለችም
5. ንጉሡ አስቴርን ከሌሎች ሴቶች የበለጠ ወደዳት ለእርሱ ምርጥ ነበረች
6. ዕብራዊት ነበረች
7. መርዶክዮስ
8. ሐማ
9. በሁለተኛው ግብዣ አስቴር የሐማን ዕቅድ ለንጉሡ ተናገረች
10. ዕብራውያን በአንድነት ተሰባስበው ራሳቸውን ከጥቃት ለመከላከል መብት እንዳላቸው፣ አጥቂያቸውን እንዲገድሉ፣ እንዲያጠፉ፣ የጠላቶቻቸውንም ንብረት እንዲያጠፉ ንጉሡ አዘዘ፡፡

አጭር የመጽሐፍ ቅዱስ ጥያቄ፦ ንግሥት አስጢን
1. ንጉሥ አርጤክስስ
2. የፋርስ መንግሥት
3. በነገሠ ሦስተኛ ዓመት
4. በሱሳ በነበረው ቤተ-መንግሥት
5. በጣም ቆንጆ ስለ ነበረች
6. የንግሥት ዘውድ
7. ወደ ባሏ ሄዳ ልታገኘው ስላልፈለገች
8. ጠቢባን ሰዎች(አዋቂዎች)
9. ከዚያ በኋላ ባሏ ፊት እንዳትቀርብ ተከለከለች
10. አስቴር (ሀዳሳ)

መልስ መስጠት፤ ከለር መቀባት፦ ንግሥት አስጢን
1. ንጉሥ አርጤክስስ
2. ምናልባት ብዙ የወይን ጠጅ እንደጠጣ አስባ ይሆናል
3. የቤተ መንግሥቱ ትእዛዝ ከእንግዲህ አስጢን ንጉሡ ፊት እንዳትቀርብ ነበር (መጽሐፈ አስቴር 1፥19)

ጥናታዊ ገጽ፦ በባቢሎን ስደተኞች
1. እስራኤላውያን ሀብታም እየሆኑ ሲሄዱና ሌሎች አማልክት ማምለክ ሲጀምሩ ሕዝቡን በአሕዛብ መካከል እንደሚበትን እግዚአብሔር አስጠነቀቃቸው፡፡
2. እስራኤላውያን ጠላቶቻቸውን መዋጋት አልነበረባቸውም፤ ዝም ብለው ወደ ባቢሎን መሄድ ነበረባቸው፡፡

ትምህርት ሁለት፦ አስቴር ንጉሡን አገባች
እንከልስ፦
1. አንድ ዓመት
2. ቤተ-መንግሥት
3. ንጉሡ አስቴርን ከሌሎች ሴቶች የበለጠ ወደዳት
4. ንጉሡን ለመግደል አሴሩ
5. ሁለቱ አገልጋዮች ተሰቀሉ

መልስ መስጠት፤ ከለር መቀባት፦ የተለየች ንግሥት
1. አስቴር
2. ራሷ ላይ ዘውድ አደረገ
3. ለባለሥልጣኖቹና ለመሪዎቹ ንጉሡ ትልቅ ግብዣ አደረገ፡፡ በአውራጃዎቹ ሁሉ አስታወቀ፤ በጣም ደግ ንጉሥ ስለነበር ለሕዝቡ ስጦታዎች ላከ፡፡

አጭር የመጽሐፍ ቅዱስ ጥያቄ፦ የመጽሐፍ ቅዱስ ነገሥታት
1. ሳኦል
2. ሳሙኤል
3. ዳርዮስ
4. ባላቅ
5. ሰሎሞን
6. እረኛ
7. ብልጣሶር
8. አርጤክስስ
9. ናቡከደነፆር
10. ሄሮድስ አንቲጳስ

ከለር መቀባት፦ መርዶክዮስ
1. አስቴር
2. ዕብራዊት መሆንሽን ወይም የእኔን ማንነት ለሰዎች አትናገሪ
3. እርሱን ለመግደል ስለተደረገው ሴራ ለንጉሡ እንድትናገር ለአስቴር ነገራት

ጥናታዊ ገጽ፦ የንጉሡ በር
1. የንጉሡ በሮች ሕዝቡ ንጉሡን ለማናገርና ፍርዱን ለመስማት የሚሄዱበት ቦታ ነበር
2. ኢራን

ቃላቱን መበታተን፦ ንጉሡ የወደደው ማንን ነበር?

«ንጉሡ ከሌሎች ሴቶች ሁሉ ይበልጥ አስቴርን ወደዳት… በእርሱ ዘንድ ሞገስና መወደድን አገኘች።»

ትምህርት ሦስት፦ አስተዋይ ንግሥት

እንከልስ፦

1. ሐማ መርዶክዮስንና ዕብራውያንን የሚጠላ የንጉሡ አማካሪ ነበር
2. በአገሩ የነበሩት ዕብራውያን ሁሉ እንዲገደሉ ንጉሡ ሕግ አወጣ
3. አስቴር ሦስት ቀን ጾመች
4. እርሷን ለማግኘት ንጉሡ ስላልጠየቀ ወደ እርሱ ለመግባት አስቴር ፈርታ ነበር። ሳትጠራ ወደ እርሱ ከመጣች ሊገድላት ይችል ነበር
5. ንጉሡ የወርቅ ዘንጉን ዘረጋላት

ጥናታዊ ገጽ፦ የሐማ ክፉ ዕቅድ

1. መርዶክዮስ ዕብራዊ ስለ ነበር ሐማን ለማክበር ወድቆ ስላልሰገደለት፣ ሐማ በአገሩ ያሉ ዕብራውያንን ሁሉ ማጥፋት ፈለገ
2. «በሕዝብህ መካከል በመንግሥትህ አውራጃዎች ሁሉ ተሠራጭቶና ተበታትኖ የሚኖር አንድ ሕዝብ አለ፤ ይህም ሕዝብ ከሌሎች ሕዝቦች ሁሉ የተለየ ልማድ ያለውና የንጉሡንም ሕግ የማይታዘዝ ነው፤ ታዲያ ይህን ሕዝብ ዝም ማለቱ ለንጉሡ አይበጅም።»
3. ምናልባት ለሕጉ የማይታዘዝ ሕዝብ በመንግሥቱ እንዲኖር ንጉሡ አይፈልግም ነበር

አጭር የመጽሐፍ ቅዱስ ጥያቄ፦ መርዶክዮስ

1. ብንያም
2. የፋርስ መንግሥት
3. አስጢን
4. አስቴር(ሀደሳ)
5. «ዕብራዊት መሆንሽንና የእኔን ማንነት ለማንም አትናገሪ።»
6. ሐማ
7. በፈረስ አስቀምጦ በከተማው ሁሉ አዞረው
8. ዕብራውያንን ሁሉ ለመግደል ዕቅድ አወጣ
9. እዚያ ላይ መርዶክዮስን ለመስቀል
10. ልዩ ቀለበቱን ሰጠው፤ በፋርስ መንግሥት ውስጥም በጣም ታላቅ ሰው አደረገው

ከለር መቀባት፦ አስቴር

1. ሦስት ቀን
2. ንጉሡ የወርቅ ዘንጉን ዘረጋላት
3. ሐማና ንጉሡ

የሚሰራ፦ ይህን ያለው ማን ነው?

1 = አስቴር 2 = መርዶክዮስ 3 = ሐማ 4 = ንጉሥ አርጤክስስ

ትምህርት አራት፦ የመርዶክዮስ ሽልማት

እንከልስ፦

1. አስቴር
2. መሰቀያ
3. የታሪክ መጽሐፍ
4. አንድን ሰው (መርዶክዮስን) ለመሸለም ምን ማድረግ እንዳለበት ንጉሡ ከሐማ ጋር መነጋገር ፈለገ
5. መርዶክዮስ

ከለር መቀባት፦ የታሪክ መጽሐፍ

1. የታሪክ መጽሐፍ
2. ገበታና ታራ ሁለት የንጉሡ ጃንደረባዎች
3. መርዶክዮስ

መሥሪያ ገጽ፦ ቃሉ ምን ይላል

ሐማ ባገባ ጊዜ ንጉሡ፣ «ንጉሡ ሊያከብረው ለወደደው ሰው ምን ሊደረግለት ይገባል?» ሲል ጠየቀው። በዚህ ጊዜ ሐማ፣ «ንጉሡ ከእኔ ይልቅ የሚያከብረው ማን አለ?» ሲል በልቡ አሰበ። ስለዚህ ለንጉሡ እንዲህ ሲል መለሰ፤ «ንጉሡ ሊያከብረው ለወደደው ሰው ንጉሡ የሚጐናጸፈው ልብሰ መንግሠት፣ ንጉሡም የሚቀመጥበትና የንጉሡን ዘውድ በራሱ ላይ ያደረገ ፈረስ ይምጣለት። ከዚያም ልብሱና ፈረሱ እጅግ ከከበሩት ከንጉሡ ልዑላን መሳፍንት በአንዱ እጅ ይሰጥለት። ንጉሡ ሊያከብረው የወደደውን ሰው ያልብሱት፤ በፈረስም ላይ አስቀምጠውም በከተማዩቱ ዋና ዋና መንገዶች ላይ እየመሩ፣ «ንጉሡ ሊያከብረው ለሚወደው ሰው ይህ ተደርጐለታል ይበሉ» ንጉሡም ሐማን፣ “በል ፈጥነህ ሂድ፤ ልብሱንና ፈረሱን ውሰድ፤ በንጉሡ በር ላይ ለሚቀመጠው ለአይሁዳዊው ለመርዶክዮስም ልክ እንዳልኸው አድርግለት፤ ከተናገርኸውም አንዳች ነገር እንዳይጐድል» ሲል አዘዘው። ስለዚህ ሐማ ልብሱንና ፈረሱን ወስዶ መርዶክዮስን አለበሰው፣ በዋና ዋና መንገዶች ላይ እየመራው፣ «ንጉሥ ሊያከብረው ለሚወደው ሰው ይህ ተደርጐለታል» እያለ በፊቱ ያውጅ ነበር። ከዚያም በኋላ መርዶክዮስ ወደ ንጉሡ በር ተመለሰ፤ ሐማ ግን አዝኖና ራሱን ተከናንቦ በጥድፊያ ወደ ቤቱ ሄደ። የደረሰበትንም ሁሉ ለሚስቱ ለዞሳራና ለወዳጆቹ ነገራቸው። አማካሪዎቹና ሚስቱ ዞሳራም፣ “በፊቱ መውደቅ የጀመርህለት መርዶክዮስ ዘሩ ከዕብራውያን ወገን ከሆነ፣ ልትቋቋመው አትችልም፤ ያለ ጥርጥር ትጠፋለህ» አሉት።

አጭር የመጽሐፍ ቅዱስ ጥያቄ፦ ሐማ

1. ሐማዳቱ
2. መርዶክዮስ
3. አሥር ሺህ የብር መክሊት
4. የአዳር ወር
5. ንግሥት አስቴር
6. ዞሳራ
7. መሰቀያዎች
8. ሐማ ልብሱንና ፈረሱን ወስዶ መርዶክዮስን አለበሰው፣ «ንጉሥ ሊያከብረው ለሚወደው ሰው ይህ ተደርጐለታል» እያለ በፈረስ አስቀምጦ በከተማው ሁሉ አዞረው።
9. ንግሥት አስቴር
10. ሐማ በመሰቀያው ተሰቀለ

Jewish Voice Ministries International

መሥሪያ ገጽ፦ እኔን ማን ነኝ?
1. ኦስጢን
2. ንጉሥ አርጤክስስ
3. መርዶክዮስ
4. አስቴር
5. ሐማ

ትምህርት አምስት፦ አስቴር ሕዝቧን አዳነች እንክልስ፦
1. ዕብራውያንን ለመግደል ሐማ ዕቅድ እንዳወጣ አስቴር ለንጉሡ ነገረች
2. ንጉሡ ሐማን በመስቀያው ሰቀለው
3. በፋርስ መንግሥት ከፍተኛ ባለ ሥልጣን አደረገው
4. ንጉሡ አዲስ ሕግ አወጣ፤ ዕብራውያን ከጠላቶቻቸው ጥቃት ራሳቸውን ለመከላከል መብት እንዳላቸው እንዲናገሩ በመንግሥቱ ወዳሉ አውራጃዎች ሁሉ መልእክተኞች ላከ።
5. ፋሪም

መልስ መስጠት ከለር መቀባት፦ ግብዣው/ድግሱ

«ንግሥት አስቴር "ንጉሥ ሆይ በፊትህ ሞገስ አግኝቼ ከሆነና ደስ የሚያሰኝህ ከሆነ ሕይወቴን ታደጋት። ሕዝቤንም አትርፍ። ከአንተ የምጠይቀው ይህን ነው። ምክንያቱም እኔና ሕዝቤ ለመጥፋትና ለመገደል ለመደምሰስም ተሸጠናልና። ባርያዎች ለመሆን የተሸጥን ቢሆን ኖሮ ዝም ባልሁ ነበር፤ እንዲህ ያለው ችግር ንጉሡን ለማስቸገር የሚያበቃ አይደለም።" ብላ መለሰች። ከዚያም ንጉሥ አርጤክስስ "ይህን ያደረገ ማነው? ሕዝብሽ ላይ ይህን ለማድረግ የደፈረው ማን ነው?» ሲል ጠየቃት። አስቴርም፣ «ያ ባለጋራና ጠላታችን ክፉው ሐማ ነው አለች።»

አጭር የመጽሐፍ ቅዱስ ጥያቄ፦ አስቴር ሕዝቧን አዳነች
1. ንጉሥ አርጤክስስ
2. እዚያ ላይ ንጉሡ መርዶክዮስን እንዲሰቅል
3. መጾም (ለተወሰነ ቀን ምግብ አለመብላት)
4. የወርቅ ዘንጉን ዘረጋላት
5. ንጉሡንና ሐማን
6. ሐማ
7. ዕብራውያን ራሳቸውን እንዲከላከሉ በመላው ፋርስ ደብዳቤ ላከ
8. 127 አውራጃዎች
9. በአንድነት ተሰባስበው ራሳቸውን የመከላከል መብት እንዳላቸው፣ እነርሱን፣ ሚስቶቻቸውንና ልጆቻቸውን ለማጥቃት የሚሞክሩትን እንዲገድሉና የጠላቶቻቸውን ንብረት እንዲያወድሙ
10. ፋሪም

ጥናታዊ ገጽ፦ ፉሪም
1. መጽሐፈ አስቴር 3፥5-6፦ መርዶክዮስ ወድቆ እንደማይሰግድለት ወይም ክብር እንደማይሰጠው ባየ ጊዜ ሐማ በጣም ተቆጣ። መርዶክዮስ ዕብራዊ መሆኑን አወቀ። ይሁን እንጂ፣ መርዶክዮስን መግደል ብቻ አላረካውም። የመርዶክዮስ ሕዝብ የሆኑትን በፋርስ መንግሥት ውስጥ የነበሩ ዕብራውያንን ሁሉ የሚያጠፋበት መንገድ ፈለገ።
2. የፉሪም በዓል በፋርስ የነበሩ ዕብራውያን ከአጋጋዊው ከሐማ እጅ የዳኑበትን ቀን በማሰብ በየዓመቱ የሚከበር በዓል ነው። ራሳቸውን እንዲከላከሉ የወጣውን አዲስ ሕግ ተከትለው አዳር በሚባለው 13ኛ ቀን ዕብራውያን ከጠላቶቻቸው ብዙዎቹን ገደሉ። በ14ኛው ቀን አረፉ፤ የተድላና የደስታ ቀን አደረጉ።

ከለር መቀባት፦ ፉሪም
1. ሐማ
2. መርዶክዮስና አስቴር
3. "ፉር" ከሚለው ቃል የመጣ ሲሆን ትርጉሙ፣ «ዕጣ ማውጣት» ማለት ነው።

Jewish Voice Ministries International

Jewish Voice Ministries International

www.jewishvoice.org

www.ingramcontent.com/pod-product-compliance
Lightning Source LLC
Chambersburg PA
CBHW081005140626
46546CB00019B/3407